VIETNAMESE
BEGINNER'S COURSE

VIETNAMESE
BEGINNER'S COURSE

Nguyễn Thị Thanh Bình

CURZON

First published in 2001
by Curzon Press
15 The Quadrant, Richmond,
Surrey TW9 1BP
England

© 2001 Nguyen Thi Thanh Binh

Typeset and designed by Nicholas Awde/Desert♥Hearts
Covers by Nick Awde

Printed and bound in Great Britain by
Bookcraft, Midsomer Norton, Avon

British Library Cataloguing in Publication Data
A catalogue record for this book is available from the British Library

Book ISBN 0 7007 1137 6

Book & Tape ISBN 0 7007 1141 4

Mục lục — Contents

Lời nói đầu *Introduction*   7

Bài 1:   Phát âm cơ bản *Basic pronunciation*   11
Bài 2:   Chào hỏi và giới thiệu *Greetings and introduction*   19
Bài 3:   Tên và nghề nghiệp *Name and profession*   27
Bài 4:   Quốc tịch và ngôn ngữ *Nationality and language*   36
Bài 5:   Gia đình tôi *My family*   46
Bài 6:   Bây giờ là mấy giờ? *What is the time now?*   55
Bài 7:   Hôm nay là ngày bao nhiêu? *What is the date today?*   65
Bài 8:   Các mùa và thời tiết *Seasons and weather*   74
Bài 9:   Anh sống và làm việc ở đâu? *Where do you live and work?*   83
Bài 10: Công việc của tôi *My job*   91
Bài 11: Mua vé máy bay *Buying an air ticket*   100
Bài 12: Ở khách sạn *At the hotel*   109
Bài 13: Hỏi đường *Asking for directions*   118
Bài 14: Ở bưu điện *At the post office*   126
Bài 15: Gọi điện thoại *Making a phone call*   135
Bài 16: Mua sắm *Shopping*   145
Bài 17: Ở hiệu ăn *At the restaurant*   155
Bài 18: Thăm gia đình bạn *Visiting a friend's house*   164
Bài 19: Đi khám bệnh *Going to the doctor*   174
Bài 20: Đi dạo phố *Walking in the street*   184
Bài 21: Đặt trước *Booking in advance*   193
Bài 22: Đi xem phim *Going to the cinema*   203
Bài 23: Trò chuyện trên tàu *Conversations on the train*   213
Bài 24: Ở sân bay *At the airport*   223

English translations of conversations and reading texts   233
Key to selected exercises   260
Vietnamese-English glossary   264
English-Vietnamese glossary   276

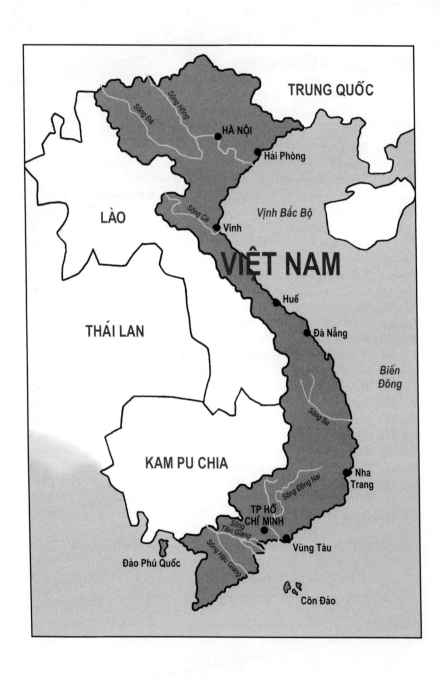

Lời nói đầu – Introduction

VIETNAMESE is the national language of Vietnam, spoken by 75 million people in Vietnam and about two million Vietnamese abroad. There are 54 ethnic groups in Vietnam, such as the Viet, Tay, Thai, Hoa, Khmer, Muong and so on; of these the Viet account for about 84% of the population.

During a millennium of domination by the Chinese (111BC-939AD), the Vietnamese had to use Chinese characters (known as *Chữ Hán*) as the official written language. Although Chinese culture and language influenced every field of Vietnamese life, the Vietnamese language was still preserved and developed.

Over the 9th-10th centuries, a form of Vietnamese written language was created based on the Chinese script: *Chữ Nôm*. *Chữ Nôm* came into being and developed strongly together with the movement for the national independence. *Chữ Han* and *Chữ Nom* co-existed during that period. Folk literature as well as scholarly literature in Vietnamese written in *Chữ Nôm* flourished, especially in the 18th century.

Though *Chữ Nôm* played an important role in the formation and development of Vietnamese literature and language, it had certain weak points, for instance a single letter can be read in many ways depending on the context. For this reason, *Chữ Nôm* could not be developed further. By the late 19th century/early 20th century, when *Chữ Quốc Ngữ* had become widely popular, Chinese ceased to be used in Vietnam and *Chữ Nôm* had also by that time exhausted its historic role.

Chữ Quốc Ngữ

In the middle of the 16th century, many European missionaries came to Vietnam to spread Christianity. For the convenience of their work, which included preaching, translating the bible and other religious writings, they tried to learn the language and record its sounds in the Latin system. Among the first missionaries in Vietnam who contributed to these efforts was the Portuguese priest Francisco de Pina (d. 1625), although relatively little is known about him today. A new method of recording Vietnamese was then devised, called the 'national script' or *Chữ Quốc Ngữ*, which continues to be used to this day in all of Vietnam.

The first Annamese (Vietnamese)-Portuguese-Latin Dictionary was published in Rome in 1651 by Alexandre de Rhodes (1593-1660), a missionary from Avignon, France. As de Rhodes acknowledged in his preface, in preparing the manuscript he had made use of the previous works of Francisco de Pina, Gaspar d'Amaral and Antonio de Barbosa. He also received a great amount of help from many unknown Vietnamese scholars a well as the ordinary people.

During the two centuries following its creation, *Chữ Quốc Ngữ* was mostly used within the Catholic Church. At the end of the 19th century, after the French invaded Vietnam, French was used as the official language, and it was taught in school. At first, the French encouraged the use of *Chữ Quốc Ngữ* for their colonialist purposes. However, when activists of the independence movement started to use *Chữ Quốc Ngữ* as a means of dissemination of their ideas, it was quickly discouraged.

By 1913-1914, *Chữ Quốc Ngữ* became an efficient communication tool in Vietnamese society. In 1945 it became the recognized writing system of the official language of the independent Vietnam. It is basically a phoneme-notation system, makeing it very convenient for learning, although there also exist some limitations; an example of this is that one phoneme can be represented by several letters.

Main characteristics

Vietnamese is an amorphous language, which means words do not change their form to express their grammatical relation in a sentence. There is no prefix or suffix for the words and word order and particles play an important role in the grammar.

It is also a monosyllabic language, where each simple word is made of one syllable. Words which contain two or more syllables are called 'compound words'; in modern Vietnamese, there is a tendency to ignore the hyphen used to link compound words.

Vietnamese is a tonal language. There are six tones, and they play an important role in the formation of a word as well as distinguishing the meanings of a word.

In the process of its development, the Vietnamese language has absorbed many elements of foreign vocabularies, such as Chinese, French, Russian, English. About 60 per cent of foreign-originated words are from Chinese, of which 25 per cent have been completely assimilated. Spoken Vietnamese has three main dialects: Northern, Central and Southern. The difference is mainly phonetic. For example, the Northern dialect has six tones, while the Central dialect is said to have four and the Southern has five. There are also some differences in the vocabulary, but the grammar remains the same. These differences are slight and pose no difficulties for understanding.

This textbook uses the Northern dialect, which is considered to be the standard one. Generally referred to as the Hanoi dialect, in Vietnam it is used in education as well as for national radio and television broadcasts.

How to use this course

This textbook was initially written as a complete course for beginners at the Language Centre of the School of Oriental and African Studies (SOAS), University of London. The course consists of 24 units, using up-to-date everyday Vietnamese in each situation presented.

The first unit gives a general overview of Vietnamese pronounciation. Here we only attempt to present the most distinct features of Vietnamese that differ from English in pronunciation, such as form, pitch, length of tone and sentence intonation. Certain consonants and vowels that are different from those used in English will also be emphasized.

Then is followed by 23 units, which include such topics as Yourself, Family, Working Day, Weather, Travel, Food and Drink. Each of the two-hour units (spanning one lesson) will comprise the following basic elements:

1. **Everyday Conversation.**
2. **Vocabulary.**
3. **Language Points.**
4. **Practice Exercises.**
5. **Reading Text.**
6. **Homework.**

Sentence structure and vocabulary are introduced naturally in 'Everyday Conversation' — the core part of each unit. The explanations in 'Language Points' are brief and stress the differences in usage between Vietnamese and English.

The 'Practice Exercises' should be done in class. In case class time is not sufficient, students should continue to do these at home. The 'Reading Text' of each unit is part of the homework. Students will be guided in class on pronunciation and articulation only.

For self-teaching students:

Listen to the tape carefully, especially the 'Basic Pronunciation' sections. In each unit, new words in the 'Vocabulary' are normally pronounced before the 'Conversations'. Listen to these and repeat after the tape as many times as you can before practising the 'Conversations'.

For the 'Practice Exercises' as all sentence patterns are presented very clearly in the boxes, just follow the instructions provided.

🎧   Where this sign appears, the exercise should be used in conjunction with the tape.

Bài Một — Unit One

Phát âm cở bản
Basic pronunciation

This unit will familiarise you with:

- *the Vietnamese alphabet*
- *the vowel system*
- *the consonant system*
- *the tones in Vietnamese*
- *stress and intonation in Vietnamese*
- *the structure of syllables in Vietnamese*

Unlike the languages of many other Southeast Asian nations, Vietnamese utilizes the Roman alphabet. This makes it very convenient for English speakers to learn the language, by readily alleviating many of the initial problems associated with script and phonetic recognition. Nevertheless, the Vietnamese alphabet also contains several letters which are not present in the English alphabet, these being: đ, ă, â, ê, ô, ơ and ư.

To aid the writing of words borrowed from other languages, especially scientific and technical terms, the letters f, j, w, and z have been added to the Vietnamese alphabet since 1994.

1. THE VIETNAMESE ALPHABET

A a, Ă ă, Â â, B b, C c, D d, Đ đ, E e, Ê ê, F f, G g,
H h, I i, J j, K k, L l, M m, N n, O o, Ô ô, Ơ ơ, P p,
Q q, R r, S s, T t, U u, Ư ư, V v, W w, X x, Y y, Z z.

2. VOWEL SYSTEM

- **In Vietnamese there are 14 phonemes:** 🎧

11 single vowels: a, ă, â, e, ê, i, o, ô, ơ, u, ư.
3 diphthongs: iê, uô, ươ.

• **Pronunciation**

a /a/	is similar to	*ar* in '*far*' in English	
ă /ă/	"	'*far*' but much shorter and with a rising tone.	
â /ɤ̆/	"	the vowel '*but*' in English in stress position.	
e /ɛ/	"	*e* in '*empty*'	
ê /e/	"	*a* '*fate*'	
i /i/	"	*i* '*it*'	
o /ɔ/	"	*o* '*hot*'	
ô /o/	"	*o* '*hope*'	
ơ /ə/	"	the final vowel of '*opera*'	
u /ʊ/	"	*u* '*full*'	
ư /ɯ/	"	*oo* in '*good*' in English, but with your lips spread as when you smile.	

The three diphthongs **iê**, **uô**, and **ươ** are started as **i**, **u**, and **ư** then slide quickly to **ê**, **ô**, and **ơ** respectively.

/ie/ (written as: **iê**, **yê**, **ia**, **ya**)	is similar to the vowels in '*near*' in English	
/uo/ (written as: **uô**, **ua**)	"	'*poor*'
/ɯə/ (written as: **ươ**, **ưa**)	"	'*lure*'

Two semi-vowels **u** and **i** are pronounced like u and i but shorter in length.

Pretonal /w/ (written as **u** after **q** and **o** before **e** and **a**) is pronounced with the lips in a circular shape before the vowels **a**, **â**, **e**.

3. Consonant system 🎧

In Vietnamese there are 22 consonant phonemes:

b, c, ch, d, đ, g, h, kh, l, m, n, nh, ng, ph, r, s, t, ph, th, tr, v, x.

Pronunciation:

b /b/	is similar to	*b* in	'*book*' in English
c, k, q /k/	"	*c*	'*cook*'
d, gi /z/	"	*z*	'*zoo*'
đ /ɖ/	"	*d*	'*day*'
g, gh /g/	"	*g*	'*good*'
h /h/	"	*h*	'*hat*'

kh /χ/	is similar to	*ch* in	'*loch*'	in English
l /l/	'''	*l*	'*lamp*'	
m /m/	'''	*m*	'*mother*'	
n /n/	'''	*n*	'*nice*'	
nh /ɲ/	'''	*ny*	'*Kenya*'	
ng, ngh /ŋ/	'''	*ng*	'*thing*'	
ph /f/	'''	*f*	'*France*'	
r /ʐ/	'''	*r*	'*right*'	
s /ʂ/	'''	*sh*	'*shore*'	
x /s/	'''	*s*	'*seven*'	
t /t/	is a 'retroflex'	*t*		
th /tʰ/	is a 'retroflex, aspirated'	*t*		
ch /tɕ/	is similar to	*ch*	'*chew*' a clearer sound with no lip rounding	
tr/tʂ/	'''	*ch*	'*chop*'	
v /v/	'''	*v*	'*vanity*'	

4. TONE SYSTEM IN VIETNAMESE

Vietnamese is a tonal language. Tone plays an important role in the formation of a word, its function being to distinguish the lexical meanings of that word.

There are six tones in Vietnamese:

These are normally marked above the main vowels, only the low sharp falling tone mark (.) is written beneath the main vowel of the word.

Tone name	Symbol	Pitch level	Example
Thanh không	a (no mark)	mid level tone	ba
Thanh huyền	à `\``	low falling tone	bà
Thanh hỏi	ả ?	low dipping-rising tone	bả
Thanh ngã	ã ~	high creaking-rising tone	bã
Thanh sắc	á ´	high rising tone	bá
Thanh nặng	ạ .	low sharp falling tone	bạ

ba *three*   bã *residue*
bà *grandmother*   bá *aunt*
bả *poisoned food*   bạ *any*

HOW TO PRODUCE THE TONES:

1. Thanh Không
Mid level tone
Start a bit higher than the mid point of the normal speaking voice range.

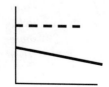

2. Thanh Huyền
Low falling tone
Start lower than (1) then drop down gradually.

3. Thanh Hỏi
Low dipping-rising tone
Start at the same level as (2), drop your voice first and raise it up to the starting level.

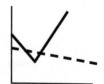

4. Thanh Ngã
Creaking-rising tone
Start a bit higher than (2) but lower than (1), drop your voice then rise up, making it shorter and higher than (3).

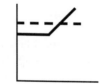

5. Thanh Sắc
High rising tone
Start a bit lower than (1) and higher than (2), then rise it up gradually.

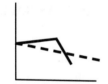

6. Thanh Nặng
Low sharp falling tone
Start at the same level as (2) then drop down, making your voice shorter and sharper than (2).

5. STRESS AND INTONATION

As Vietnamese is a tonal language and each word has its own tone, stress is not too strongly emphasized in a sentence. However, similarly to English, stress falls on the meaningful words, depending on the intention of the speaker.

Intonation is very important in speaking and reading. It is expressed by pausing, rising, or falling tone to express the intention or the feeling of the speaker. This is also true of English, but there are significant differences, e.g. in Vietnamese rising tone is not used in the interrogative.

6. THE STRUCTURE OF THE VIETNAMESE SYLLABLE

As already pointed out, Vietnamese is a monosyllabic language where each word is one syllable. However, there are also words with two or more syllables. These are called compound words.

Example:

toán *mathematics*   dẹp *beautiful*   nhà *house*
xã hội *society*   phát triển *develop*
hiện đại hoá *modernization*   chủ nghĩa nhân đạo *humanism*

The structure of a syllable in its fullest form consists of the following elements: Tone, initial sound, pretonal, central sound and final sound.

Example: **Toán — Mathematics**

Tone:	thanh sắc ' '
Initial sound:	t /t/
Pretonal:	o /w/
Central sound:	a /a/
Final sound:	n /n/

However, there are some examples which do not include all of these parts (e.g. lacking an initial or pretonal sound, etc.), such as:

âm *sound*   tên *name*   ta *I, we*   gạo *rice*

BÀI TẬP THỰC HÀNH—PRACTICE EXERCISES

TONE PRACTICE

1. Listen and repeat: 🎧

a	ma	la	ta
à	mà	là	tà
ả	mả	lả	tả
ã	mã	lã	tã
á	má	lá	tá
ạ	mạ	lạ	tạ

2. Listen and repeat: 🎧

hai	là	cả	dễ	bác	mẹ
ba	làm	hỏi	cũng	bốn	chị
năm	nào	sả	nghĩ	có	vợ
vâng	người	tuổi	vẫn	sáu	học

3. Listen and repeat: 🎧

mai	*tomorrow*	ban	*department*	tôi	*I*
mài	*grind*	bàn	*table*	tồi	*bad*
mải	*be absorbed*	bản	*mountain village*		
mãi	*forever*				
mái	*female bird*	bán	*sell*	tối	*evening*
(thường) mại	*trade*	bạn	*friend*	tội	*sin*

VOWELS

1. Listen and repeat: 🎧

Comparing: a ă â and ai ay ây

A	Ă	Â	AI	AY	ÂY
an	ăn	ân cần	hai	hay	hây hây
cám	cắm	cấm	sai	say	sây
chan	chăn	chân	tai	tay	tây
tám	tắm	tấm	vai	vay	vây

2. Comparing: e ê 🎧

E	Ê
em	êm
me	mê
đem	đêm

3. Comparing: o ô ơ 🎧

O	Ô	Ơ
bò	bồ	bờ
có	cố	cớ
to	tô	tơ

4. Comparing: oi ôi ơi 🎧

OI	ÔI	ƠI
coi *consider*	côi *orphaned*	cơi *build higher*
đòi *cry for*	đồi *hill*	đời *life*
nói *speak, tell*	nối *connect, joint*	nới *loosen, ease*

5.   Comparing u ư and ua ưa

U	Ư	UA	ƯA
su su	sử tử	mua	mưa
ngu	ngư	chùa	chừa
nhu	như	chua	chưa

CONSONANTS

1. Listen and repeat:

B	C	K	KH	QU
ba	ca	kia	khá	qua
bà	cá	kêu	khám	quá
bán	cái	kéo	không	quả

2. Listen and repeat:

D	GI	đ	S	X
da	già	đây	sáng	xanh
dài	giờ	đó	suối	xem
dậy	gió	đi	bác sĩ	xưởng

3. Listen and repeat:

N	NG	NGH	NH
nước	người	nghe	nhà
nào	ngã	nghề	nhỏ
năm	ngủ	nghỉ ngơi	nhiều

4. Listen and repeat:

T	TH	CH	TR
tôi	thêm	chào	trong
tên	thịt	cho	trên
tuổi	thức ăn	chị	trông

5. Listen and repeat: 🎧

G	GH	H	L
ga	ghi	hay	là
gần	ghế	hát	lại
gửi	ghé	học	lâu

6. Listen and repeat: 🎧

PH	V	R	M
phà	và	ra	mà
phở	về	rất	mai
phụ nữ	vào	rắn	mãi

7. Listen and repeat: 🎧

Chào bà/chào chị...	*Hello Mrs...*
Chào ông/chào anh...	*Hello Mr...*
Chào các bạn!	*Hello everybody!*
Chào tạm biệt!	*Goodbye!*

8. Listen and repeat: 🎧

Tôi là Nam.	*I am Nam.*
Tôi là bác sĩ.	*I am a doctor.*
Tôi là sinh viên.	*I am a student.*
Tôi là luật sư.	*I am a lawyer.*
Tôi là thư ký.	*I am a secretary.*

9. Introduce yourself to the class, following the pattern:

a)	Chào các bạn, tôi là David.	*Hello everybody, I am David.*
b)	Chào bạn, tôi là Ada, tôi là sinh viên.	*Hello, I am Ada, I am a student.*

Bài Hai — Unit Two

Chào hỏi và giới thiệu
Greetings and introduction

This unit tells you how to:

- *use the word **chào** in Vietnamese*
- *practice the structure of 'subject-adjective'*
- *ask questions and answer using the verb **là** 'to be'.*

HỘI THOẠI HÀNG NGÀY — EVERYDAY CONVERSATION

A typical conversation you might have when meeting a friend:

Lan: **Chào anh, anh có khoẻ không?**
Nam: **Chào chị. Cám ơn chị, tôi khoẻ. Còn *chị*?**
Lan: **Cám ơn anh, tôi cũng khoẻ.**

Chris and Lisa meet Anne at a party:

Chris: **Chào chị, tôi là Chris, tôi là phóng viên.**
Anne: **Chào anh Chris, tôi là Anne, tôi là thư ký.**
Chris: **Xin giới thiệu với chị, đây là chị Lisa, bạn tôi.**
Anne: **Chào chị Lisa, hân hạnh được gặp chị.**
Lisa: **Chào chị Anne.**

Lisa meets Anne in the canteen:

Lisa: **Chào Anne, chị là thư ký phải không?**
Anne: **Vâng, tôi là thư ký. Còn chị, chị cũng là thư ký?**
Lisa: **Không, tôi không phải là thư ký, tôi là luật sư. Xin lỗi chị, bây giờ tôi bận, hẹn gặp chị ngày mai.**
Anne: **Vâng, chào chị.**

TỪ VỰNG — VOCABULARY 🎧

chào anh/chị	*hello Mr/Mrs*
(chào) tạm biệt	*good-bye*
anh có khoẻ không?	*how are you?*
khoẻ	*well, fine*
cám ơn	*thank you*
còn	*and, still*
cũng	*also*
tôi	*I*
là	*to be*
phóng viên	*reporter*
thư ký	*secretary*
xin giới thiệu với chị...	*may I introduce to you...*
đây	*this, these*
không	*no, not*
bạn tôi	*my friend*
hân hạnh được gặp chị	*it's a pleasure meeting you*
luật sư	*lawyer*
xin lỗi	*excuse, sorry*
bây giờ	*now*
bận	*busy*
hẹn gặp chị ngày mai!	*see you tomorrow!*

LANGUAGE POINTS

1. Chào can be translated as 'hello', 'good morning', 'good afternoon', 'good evening' or even 'goodbye' in English, depending on the context. However, if you say **chào** only, it will be considered not very polite. So normally **chào** is followed by a personal pronoun that varies depending on the age, gender and social position of the person you are speaking to.

Example:

Chào ông. *(to elder man, formally)*   lit. Hello Mr
Chào bà. *(to elder woman, formally)*   lit. Hello Mrs
Chào anh. *(to young man, friendly)*   lit. Hello, elder brother.
Chào chị. *(to young woman, friendly)*   lit. Hello, elder sister.

2. The verb **là** is equivalent to the verb 'to be' in English. Unlike in English however, it is not inflected and is used in the same form regardless of the number, or tense of the subject.

After the verb **là** only nouns or noun phrases are used:

• Affirmative statement:

Tôi *là* **sinh viên.**	I am a student.
Tôi *là* **Anne.**	I am Anne.
Đây *là* **Hoa.**	This is Hoa.

This construction is identical in order to that used in English:

Subject — 'là' — noun
Subject — be — noun

Negative statement:

Tôi *không phải là* **sinh viên.**	I am not a student.
Tôi *không phải là* **Anne.**	I am not Anne.
Đây *không phải là* **Hoa.**	This is not Hoa.

Không phải là is equivalent to the construction to be not in English. However, unlike in English, **không phải**—the negating phrase—always comes before **là** 'to be'.

This construction can be formed as follows:

Subject — 'không phải là' — noun

Question and answer:

Anh *là* **sinh viên,** *phải không?*	*Vâng,* **tôi** *là* **sinh viên.**
You are a student, aren't you?	*Yes, I am. (I am a student)*
Chị *là* **sinh viên,** *có phải không?*	**Không,** *tôi* **không phải là** *sinh viên.*
You are a student, aren't you?	*No I am not. (I am not a student.)*

Phải không and **có phải không**, like in English, are used at the end of a statement to form a question. The statement **vâng** or **không** is formed in exactly the same way as 'yes' or 'no' in English.

This construction is identical to that used in English:

Subject — 'là' — noun — 'phải không'?
Subject — 'to be' — noun — 'aren't you'?

3. Sentence structure: 'subject-adjective'

Bây giờ *tôi bận*.   I am busy now.
***Tôi khoẻ*, cám ơn anh.**   I am fine, thank you.

Unlike English, in Vietnamese, adjectives play the predicate role directly without the link verb **là** 'to be'.

4. Demonstrative pronouns đây and kia

đây   this, these, here
kia/đó   that, those, there

Đây, kia and **đó** — words indicating places, usually function as subject of introductory statements:

***Đây* là chị Hoa, bạn tôi.**   This is Mrs Hoa, my friend.
***Đó* là Pierre.**   That is Pierre.
***Kia* là Nick và Michelle.**   Those are Nick and Michelle.

BÀI TẬP THỰC HÀNH — PRACTICE EXERCISES

1. Fill in the blanks with suitable words:

— Chào ......, chị có khoẻ không?
— Chào anh, tôi khoẻ, cám ơn ......, còn anh, ...có khoẻ không?
— Cám ơn ......, tôi cũng khoẻ.

2. Fill in the missing parts:

— Chào chị, ...?
— ...., tôi khoẻ, cám ơn anh, còn ......, anh có khoẻ không?
— Cảm ơn chị, ...

3. Create conversations with each pair of words, following the pattern:

Chào *ông*, *ông* có khoẻ không?	Hello, how are you?
Chào *bà*. Cám ơn *bà*, tôi khoẻ.	Hello, thank you, I am fine.
Còn bà?	And you?
Cám ơn *ông*, tôi cũng khoẻ.	Thank you, I am also fine.

a) ông Ba — bà Năm
b) anh Nam — chị Hoa
c) anh — chị
d) chị Anne — chị Hoa
e) ông Toàn — ông Ba

4. Introduce the name and occupation of the following people by using the pattern:

Chào chị, tôi là Chris, tôi là phóng viên.	*Hello, I am Chris, I am a reporter.*

Anne — thư ký
Hoa — sinh viên
Helen — luật sư
John — nhà kinh doanh
Michelle — tiếp viên khách sạn

sinh viên student   **luật sư** lawyer
nhà kinh doanh businessman **tiếp viên** receptionist

5. Introduce yourself to your classmates, following the pattern:

Chào chị, tôi là Anne, tôi là thư ký.	Hello, I am Anne, I am a secretary.

6. Replace the word <u>thư ký</u> **by other words describing occupations in the following negative pattern:**

Tôi không phải là thư ký.	I am not a secretary.

a) phóng viên
b) nhà kinh doanh
c) sinh viên
d) luật sư
e) tiếp viên khách sạn

7. Use **phải không** to construct questions, then answer in the affirmative following the pattern:

Chị là thư ký *phải không?*	You are a secretary, aren't you?
Vâng, tôi là thư ký.	Yes, I am. (I am a secretary.)

a) Chị là tiếp viên khách sạn
b) Anh là sinh viên
c) Bà là luật sư
d) Ông là nhà kinh doanh
e) Ông là phóng viên

8. Construct questions, then answer in the negative, following the pattern:

chị Anne — sinh viên — thứ ký	*Anne — student — secretary*
Chào *chị Anne*, chị là *sinh viên* phải không?	Hello Anne, you are astudent, aren't you?
Không, tôi không phải là sinh viên, tôi là *thư ký*.	No, I am not a student, I am a secretary

a) ông Brown — bác sĩ — giáo viên
b) Hoa — giáo viên — sinh viên
c) Chris — tiếp viên khách sạn — phóng viên
d) anh Nick — phóng viên — nhà kinh doanh
e) Helen — phóng viên — luật sư

bác sĩ doctor   *giáo viên teacher*

9. Introduce your friend to Anne, following the pattern:

chị Anne — chị Lisa	*Anne — Lisa*
Xin giới thiệu với *chị Anne*, đây là *chị Lisa*, bạn tôi.	Anne, may I introduce you to, Lisa, my friend.
	(*lit. Anne, may I introduce to you, this is Lisa, my friend.*)

a) anh Chris — chị Lan
b) Harry — ông Brown
c) bà Barbara — Nam
d) chị Michelle — anh Nick
e) John — Hoa

10. Answer the following questions, paying attention to the function of the adjective in the construction:

a) Bây giờ chị bận phải không?
b) Chị có khoẻ không?

BÀI ĐỌC — READING TEXT 🎧

Lớp tiếng Việt của tôi

Đây là lớp tiếng Việt của tôi. Tôi là Anne, tôi là thư ký ở một công ty thương mại tại Luân Đôn. Đây là anh Chris. Anh Chris cũng là sinh viên lớp tiếng Việt. Anh Chris là phóng viên đài BBC. Anh Nick không phải là phóng viên, anh Nick là nhà kinh doanh. Chị Michelle là tiếp viên khách sạn, còn kia là Helen, Helen là luật sư.

TỪ VỰNG — VOCABULARY 🎧

lớp	*class*
tiếng Việt	*Vietnamese language*
của tôi	*my, mine*
một	*one, a*
công ty	*company*
thương mại	*trade*
đài	*radio*
ở, tại	*in, at* ·

BÀI TẬP VỀ NHÀ — HOMEWORK

1. Answer the following questions in English, based on the Reading Text:

a) What does Anne do?
b) Where does she work?
c) Is Chris also a student at the Vietnamese Class?
d) Nick is a reporter, isn't he?
e) Who is a hotel receptionist?

2. Answer the following question in Vietnamese, based on the Reading Text:

a) Anne là thư ký phải không?
b) Anne là sinh viên lớp tiếng Việt phải không?
c) Chris là luật sư phải không?
d) Nick là phóng viên phải không?
e) Helen là luật sư phải không?

3. What should you say when...

i) you meet your friend, Nam, in the street:

a) Chào anh Nam, anh có khoẻ không?
b) Cám ơn anh.
c) Tôi cũng khoẻ.

ii) you introduce your name to someone:

a) Tôi khoẻ, cảm ơn anh.
b) Tôi là Chris.
c) Tôi là phóng viên.

iii) you introduce your occupation to someone:

a) Tôi là Chris.
b) Tôi khoẻ, còn anh?
c) Tôi là phóng viên.

iv) Nam asks about your health and you reply:

a) Tôi là phóng viên.
b) Tôi khoẻ, cảm ơn anh.
c) Tôi bận.

4. Study the conversations.

5. Copy exercises nos. 3, 4, 5, 7 and 8.

6. Translate the Reading Text into English.

Bài Ba — Unit Three

Tên và nghề nghiệp
Name and profession

> *This unit tells you how to:*
>
> - *introduce your name and profession*
> - *use the interrogative words ai? 'who?', cái gì? 'what?', ở đâu?*
> *'where?'*
> - *use personal pronouns*
> - *use the plural nhũng, các.*

HỘI THOẠI HÀNG NGÀY — EVERYDAY CONVERSATION

Nick:	Chào chị, xin lỗi, tên chị là gì?
Ada:	Xin chào, tên tôi là Ada. Còn anh?
Nick:	Tôi là Nick, tôi là nhà kinh doanh. Chị làm nghề gì?
Ada:	Tôi là sinh viên. Tôi học ở trường Tổng hợp Luân Đôn. Anh làm việc ở đâu?
Nick:	Tôi làm việc ở một công ty Thương mại Quốc tế ở Luân Đôn.

Chris:	Chào các bạn. Xin tự giới thiệu, tôi là Chris, tôi là phóng viên.
Ada:	Chào anh Chris, tên tôi là Ada, tôi là sinh viên. Còn đây là anh Nick, anh Nick là nhà kinh doanh.
Nick:	Hân hạnh được gặp anh.
Chris:	Thế còn ai kia?
Nick:	Đó là Pierre.
Chris:	Anh ấy làm nghề gì?
Nick:	Piere là bác sĩ, anh ấy làm việc ở một bệnh viện lớn ở ngoại ô Luân Đôn.

Chris:	Còn ai kia?
Ada:	Đó là chị Lisa và chị Anne.
Chris:	Chị có biết họ làm nghề gì không?
Ada:	Lisa là luật sư, còn Anne là thư ký.

TỪ VỰNG — VOCABULARY 🎧

tên	*name*
làm	*work*
nghề	*profession*
gì	*what*
học	*to learn, to study*
trường tổng hợp	*university*
làm việc	*to work*
ở	*in, at*
đâu	*where*
quốc tế	*international*
các bạn	*you (plural)*
ai	*who*
anh ấy	*he*
bệnh viện	*hospital*
lớn	*big, large*
ngoại ô	*suburb, outskirts*
họ	*they*
Chị có biết... không?	*do you know...?*

LANGUAGE POINTS

1. Tên — 'name'

Unlike English, the order of Vietnamese personal names is:

Surname — middle name — given name/first name

Nguyễn — Văn — Nam
Trần — Thị Thu — Hà

The Vietnamese call each other by their first names. In case the person you are talking to is older than you, you have to use title words such as **ông, bà, anh, chị**... (depending on the age, gender, and social position of that person) before their proper name:

> *Bà* Tam   Mrs Tam
> *Ông* Toàn Mr Toan

When addressing someone formally and respectfully, the full name is used:

Ông Lê Văn Toàn   Mr Le Van Toan

• **Tên là** — 'to be called or named'

Tên chị là gì?	*What is your name?*
Tên tôi là **Ada.**	*My name is Ada*
Chị tên là gì?	*What is your name?*
Tôi tên là **Ada.**	*My name is Ada.*
Tôi là **Ada.**	*I am Ada.*

NOTE: In Vietnamese there are no distinctive words for married and unmarried women like 'Mrs' and 'Miss' in English. A woman can be addressed as '**cô**' if she is very young, as '**chị**' if she is more or less the same age with as you, or as '**bà**' if she is above 50. There are, however, no rigid rules. It is sometimes safer to ask people how they want to be addressed.

In Vietnam, married women do not change their maiden names — they don't take their husband's family name as women do in the West.

2. Interrogative words in Vietnamese:

In English, the interrogative pronouns such as 'who?' **ai?**, 'what?' **cái gì?**, 'where?' **ở đâu?**, 'when?' **bao giờ?**, 'how?' **thế nào?** always stand at the beginning of the sentence. In Vietnamese those question words stand in the same position as the subject of the question:

Ai **là sinh viên?**	*Who* is the student?
Ada **là sinh viên.**	*Ada* is a student.
Chị học ở *đâu?*	*Where* do you study?
Tôi học ở *trường Tổng hợp Luân Đôn.*	I study at *London University.*

3. Interrogative làm gì

Làm gì is used to ask about occupation or profession. You can either ask:

Chị làm gì?	What is your work/job?
Or:	
Chị làm nghề gì?	What work do you do?

The answer is always:

Subject — 'là' — *noun (denote profession)*

Tôi *là* **sinh viên.**	I am a student.
Pierre *là* **bác sĩ.**	Pierre is a doctor.
Tôi *làm* **bác sĩ.**	I am a doctor. *(lit. I work as a doctor.)*

4. Noun plurals in Vietnamese

Nouns in Vietnamese remain unchanged regardless of number, gender, or case. Therefore, the tool words *những* and *các* are used to express the plural.

- **Các** — 'every, all':

Chào các bạn.   Hello, everybody.
Mời *các* ông, *các* bà ngồi.   Please sit down, everybody.

- **Những** — 'some, certain number of':

Những người bạn của tôi.   My friends.
Những người khác...   The other persons...

5. Personal pronouns in Vietnamese:

Personal pronouns in Vietnamese are complicated. We shall learn them gradually, but at this stage, only the common, neutral ones need to be introduced:

	SINGULAR		*PLURALS*	
First person	Tôi, Mình	I	Chúng tôi, Chúng ta, Chúng mình	WE
Second person	Anh, Chị, Ông, Bà, Cô, Cậu	YOU	Các anh, Các chị, Các ông, Các bà, Các Cô, Các cậu	YOU
Third person	Anh ấy, ông ấy, nó	HE	Các anh ấy, Các ông ấy,	
	Chị ấy, bà ấy, Cô ấy, nó	SHE	Các chị ấy, Các bà ấy, Họ, Chúng nó	THEY

Note: In Vietnamese, personal pronouns can play several grammatical roles depending on their position in the sentence:

- Subject: ***Tôi* là Lan.**
                    I am Lan

- Object: **Đưa cho *tôi* cuốn sách kia.**
  Give *me* that book.

- Possessive (genitive) adjective:

  Bạn *tôi* cũng học tiếng Việt.
  My friend also studies Vietnamese.

BÀI TẬP THỰC HÀNH — PRACTICE EXERCISES:

1. Construct sentences following the pattern:

Tên — chị — Lan	*name — your — Lan*
Tên chị là gì?	What is your name?
Tên tôi là *Lan*.	My name is Lan.

a)   Tên — anh — Nam
b)   Tên — chị ấy — Lisa
c)   Tên — ông ấy — Johnson
d)   Tên — bà ấy — Brown
e)   Tên — họ — Nick, Chris và Ada

2. Put phải không, có phải không at the end of the sentences to form the questions, then answer, following the pattern:

Chị là Lan...	*you are Lan...*
Chị là Lan, phải không?	You are Lan, aren't you?
Chị là Lan, có phải không?	
Vâng, tôi là Lan.	Yes, I am. (I am Lan)

a)   Anh là Nick...
b)   Tên anh ấy là Nam...
c)   Chị ấy tên là Lisa...
d)   Bà ấy là bà Brown...
e)   Họ là Chris, Nick và Ada...

3. Construct questions, then answer, following the pattern:

> *chị — sinh viên* *you — student*
> **Chị làm nghề gì?** What is your job?
> **Tôi là *sinh viên*.** I am a student.

a) Anh ấy — bác sĩ
b) Bà Brown — người nội trợ
c) Ông Brown — giáo sư lịch sử
d) Chị Anne — thư ký
e) Anh Nick — nhà kinh doanh

Giáo sư *professor* ***lịch sử*** *history* ***người nội trợ*** *housewife*

4. Construct sentences, using the phrases provided:

> *Anh ấy — ngoại ô Luân Đôn* *He — suburbs of London*
> **Anh ấy làm việc ở *ngoại ô*** He works in the suburbs of
> ***Luân Đôn*.** London.

a) Bà Brown — ở nhà
b) Chị Anne — tại một công ty Thương mại ở Luân Đôn
c) Nick — ở trung tâm thành phố
d) Piere — ở một bệnh viện lớn
e) Anh ấy — ở Việt Nam

ở nhà *(stay) at home* ***trung tâm thành phố*** *city centre, downtown*

5. Answer the following questions:

a) Ai làm việc ở nhà? (bà Brown)
b) Ai là giáo sư lịch sử? (ông Brown)
c) Ai là phóng viên đài BBC? (Chris)
d) Ai làm việc ở một bệnh viện lớn ở ngoại ô Luân Đôn? (Pierre)
e) Ai làm thư ký tại một Công ty Thương mại ở Luân Đôn? (Anne)

6. Use the words provided to answer the questions following the pattern:

Chị sống ở đâu? (Luân Đôn) Where do you live? (London)
Tôi sống ở Luân Đôn. I live in London.

---

a) Chị Ada học ở đâu? (trường Tổng hợp Luân Đôn)
b) Anh đọc sách ở đâu? (thư viện)
c) Họ đi đâu? (Việt Nam)
d) Bà ấy đi đâu? (chợ)
e) Ông ấy làm việc ở đâu? (viện bảo tàng)

đọc sách to read a book   *thư viện* library *viện bảo tàng* museum
chợ market

7. Construct sentences, using the phrases provided:

Lan — bác sĩ — bệnh viện   *Lan — doctor — Hanoi Children's*
      Nhi Hà Nội   *hospital*
Đây là Lan. Lan là bác sĩ.   This is Lan. Lan is a paediatrician
Lan làm việc ở bệnh viện   Lan works at the Hanoi Children's
Nhi Hà Nội.   hospital

---

a) Ada — sinh viên — trường Tổng hợp Luân Đôn
b) ông Brown — giáo sư — trường Tổng hợp Luân Đôn
c) Anne — thư ký — Công ty Thương mại Luân Đôn
d) bà Brown — người nội trợ — ở nhà
e) Chris — phóng viên — Đài BBC

8. Introduce yourself to your classmates, following exercise no. 7.

BÀI ĐỌC — READING TEXT 🎧

Các Bạn Tôi

Tôi có rất nhiều bạn ở Luân Đôn nhưng tôi muốn kể về Lan, một
người bạn ở Việt Nam. Lan là bác sĩ khoa Nhi. Lan làm việc ở bệnh
viện Nhi Hà Nội. Bệnh viện này ở trung tâm thành phố. Chồng Lan
cũng là bác sĩ, anh ấy tên là Sơn. Anh Sơn cũng làm việc ở bệnh viện

Nhi Hà Nội. Lan và Sơn sống cùng nhà với bố mẹ của Sơn. Ngôi nhà của họ rất đẹp và rộng rãi. Cuộc sống của họ rất vui vẻ và hạnh phúc.

TỪ VỰNG — VOCABULARY 🎧

có	*to have, there is/are*
nhưng	*but*
rất	*very*
nhiều	*many*
bây giờ	*now*
muốn	*want*
kể	*to tell*
về	*about, on*
người bạn	*a friend*
khoa nhi	*children's ward*
bác sĩ khoa nhi	*paediatrician*
bệnh viện Nhi	*Paediatric Hospital, Children's Hospital*
này	*this*
chồng	*husband*
của	*belong to*
cùng nhà	*the same house*
bố mẹ	*parents*
ngôi nhà	*the house*
đẹp	*nice, beautiful*
rộng rãi	*large, spacious*
cuộc sống	*life*
vui vẻ	*cheerful*
hạnh phúc	*happy, harmonious*

BÀI TẬP VỀ NHÀ — HOMEWORK

1. Answer the following questions based on the Reading Text:

a)   Who is the central character of this account?
b)   What is her profession?
c)   Where does Lan live?
d)   She works at a hospital in the centre of the city, doesn't she?
e)   What is her life like?

2. Answer the questions in Vietnamese:

a)   Lan làm gì?
b)   Lan sống ở đâu?
c)   Chồng Lan làm gì?

d)   Họ cùng làm việc ở một bệnh viện phải không?
e)   Cuộc sống của họ thế nào?

3. What would you say when...

i) your friend asks about your profession:

a)   Tôi khoẻ, cám ơn anh, còn anh?
b)   Tôi là phóng viên.
c)   Bạn tôi là bác sĩ.

ii) your friend asks about your health and you reply:

a)   Tôi là phóng viên.
b)   Tôi làm việc ở Luân Đôn.
c)   Tôi khoẻ, cám ơn anh, còn anh?

iii) you want to ask your friend what her job is:

a)   Chị làm việc ở đâu?
b)   Chị có khoẻ không?
c)   Chị làm nghề gì?

iv) you want to ask your friend where he works:

a)   Anh làm việc ở đâu?
b)   Anh là bác sĩ có phải không?
c)   Anh sống ở đâu?

4. Copy exercises nos. 1, 3, 4 and 6.

5. Translate the Reading Text into English.

6. Prepare a short class talk about yourself and your friend(s).

Bài Bốn — Unit Four

Quốc tịch và ngôn ngữ
Nationality and language

This unit tells you how to:

- *talk about your nationality and language*
- *use the interrogative làm gì?, để làm gì? — what for?*
- *use tenses in Vietnamese*
- *use the final particle à.*

HỘI THOẠI HÀNG NGÀY — EVERYDAY CONVERSATION

Nick:	Chào chị Ada, chị có khoẻ không?
Ada:	Chào anh Nick, tôi khoẻ, cám ởn anh. Còn anh?
Nick:	Cám ởn, tôi bình thường. Xin lỗi, chị là người Tây Ban Nha phải *không?*
Ada:	Ồ không, tôi là người Ý. Còn anh là người Anh có phải không?
Nick:	Ồ không, tôi là người Mỹ.

Michelle:	Chào Anne, chị là người nước nào?
Anne:	Chào Michelle, tôi là người Canada.
Michelle:	Còn tôi là người Pháp.
Anne:	Chị ở Pari à?
Michelle:	Không, tôi ở một tỉnh nhỏ ở phía bắc nước Pháp. Chị có biết tiếng Pháp không?
Anne:	Có, tôi biết tiếng Pháp, tiếng Anh, tiếng Trung Quốc và bây giờ bắt đầu học tiếng Việt.
Michelle:	Chị học tiếng Việt để làm gì?
Anne:	Để giúp công ty tôi mở rộng quan hệ buôn bán với Việt Nam. Vả lại, tôi cũng thích ngôn ngữ.

36

TỪ VỰNG — VOCABULARY 🎧

bình thường	*fine, well (as well as usual)*
người	*person*
nước	*country*
nước Tây Ban Nha	*Spain*
người Tây Ban Nha	*Spanish, Spaniard*
nước Ý	*Italy*
nước Mỹ	*America*
nào	*which*
nước Canada	*Canada*
nước Pháp	*France*
tỉnh	*province*
nhỏ	*small*
phía bắc	*north (compass point)*
biết	*know*
thứ	*kind of, sort of*
tiếng, ngôn ngữ	*language*
nước Trung Quốc	*China*
bây giờ	*now*
bắt đầu	*to begin, to start*
để làm gì?	*for what purpose*
đang	*present tense of a verb (verb+ing)*
mở rộng	*extend, widen*
quan hệ	*relationship, connection*
buôn bán	*business, trading*
với	*to, with*
vả lại	*moreover, furthermore, besides*
thích	*like, be fond of*

LANGUAGE POINTS

1. Nationality:

Speaking about nationality in Vietnamese is simple. You only have to put the word **người** 'person' before the name of the country to denote the nationality of that person.

Example: **Anh ấy là *người* Anh**   He is English
             ***người* Việt**   Vietnamese
             ***người* Pháp**   French
             ***người* Trung Quốc**   Chinese

• **Question and answer:** To ask about someone's nationality, the interrogative **nước nào?** 'which country?' is used. Attention should be paid to word order in questions and answers in Vietnamese.

Anh ấy là người	*nước nào?*	*What is his nationality?*
Anh ấy là người	*Anh.*	*He is English.*
	Việt.	*He is Vietnamese.*
	Pháp.	*He is French.*
	Trung Quốc.	*He is Chinese.*

2. Language

Similar to the way of speaking about nationality, you only have to put the word **tiếng** 'language' before the name of the country in order to state the language of that country.

Example:

Anh ấy nói	*tiếng* Anh	*He speaks*	*English*
	tiếng Việt		*Vietnamese*
	tiếng Pháp		*French*
	tiếng Trung Quốc		*Chinese*

• **Question and answer:** To ask what language someone speaks, the interrogative **tiếng gì?** 'what language?' is used.

Anh ấy nói tiếng	*gì?*	*What language does he speak?*
Anh ấy nói tiếng	*Anh.*	*He speaks English*
	Việt.	
	Pháp.	
	Trung Quốc.	

3. Để làm gì? làm gì? — 'what for?'

Interrogative for the adverbial modifier of purpose: **để làm gì? làm gì?**

Chị học tiếng Việt	*để làm gì?*	*What are you studying Vietnamese for?*
Tôi học tiếng Việt	*để đi thăm Việt Nam.*	*I am studying Vietnamese to visit Vietnam.*
Chị đi Việt Nam	*để làm gì?*	*What are you going to Vietnam for?*
Tôi đi Việt Nam	*để thăm bạn.*	*I am going to Vietnam to visit my friends.*

4. Tenses in Vietnamese

Unlike English, Vietnamese verbs do not change form to show tense or person. To distinguish tense in Vietnamese, look for:

- the auxiliary verbs **đã, đang, sẽ,** and **sắp**
- adverbial modifier of time; or
- context.

Example:

Chúng tôi *đang luyện* tiếng Việt.	We are practising Vietnamese.
Hôm qua tôi *(đã) luyện* Tiếng Việt ở nhà.	Yesterday I practised Vietnamese at home.
Hôm qua bạn tôi cũng *(đã) luyện* tiếng Việt ở nhà.	Yesterday my friend also practised Vietnamese at home.

- **Đã** conveys a past meaning:

Anne *đã học* tiếng Trung Quốc năm ngoái.	Anne studied Chinese last year.

Some adverbs of time:	hôm qua	yesterday
	tuần trước	last week
	tháng trước	last month
	năm trước	last year
	năm ngoái	last year

- **Đang** conveys a progressive meaning:

Năm nay Anne *đang học* Tiếng Việt.	This year Anne is studying Vietnamese.

Some adverbs of time:	bây giờ	now
	hiện giờ	at present
	tuần này	this week
	tháng này	this month
	năm nay	this year
	hôm nay	today

- **Sẽ** conveys a future meaning:

Năm sau Anne *sẽ học* tiếng Nhật.	Next year Anne will study Japanese.

• **Sắp** means in the near future:

Anne *sắp* **học tiếng Nhật.**   Anne is going (about) to study Japanese.

Some adverbs of time: **ngày mai**   tomorrow
                      tuần sau (tuần tối)   next week
                      tháng sau (tháng tối) next month
                      năm sau (năm tối)   next year

• Sometimes when the adverb of time is stated, the auxiliary verb can be omitted:

Hôm qua tôi *đã* **luyện tiếng Việt ở nhà.**   Yesterday I practised
Hôm qua tôi luyện tiếng Việt ở nhà.   Vietnamese at home.

5. Final particle *à*:

À is used at the end of the sentence to express the idea of an informal interrogative:

Chị ở Pari *à*?   You live in Paris, don't you?
Anh đi làm dấy *à*?   You are going to work, aren't you?
Anh ấy đến sáng nay *à*? He came this morning, didn't he?

BÀI TẬP THỰC HÀNH — PRACTICE EXERCISES

1. Construct sentences following the pattern:

> *Chị Lan — Việt Nam*   *Lan — Việt Nam*
> **Chị Lan là người nước nào?** What is Lan's nationality?
> **Chị ấy là người *Việt Nam*.** She is Vietnamese.

a) Anh Nick — Mỹ
b) Anh David — Anh
c) Bà Brown — Anh
d) Kiên — Việt Nam
e) Michelle — Pháp

2. Ask what language they speak, then answer:

Chị Lan — tiếng Việt	*Lan — Vietnamese (language)*
Chị Lan nói tiếng gì?	What language does Lan speak?
Chị ấy nói tiếng Việt.	She speaks Vietnamese.

a)   Anh Nick — tiếng Anh
b)   Ông Lee — tiếng Trung Quốc
c)   Chị Suzuka — tiếng Nhật
d)   Kiên — tiếng Việt
e)   Michelle — tiếng Pháp

3. Ask questions, then answer as follows:

Lan — Việt Nam — Bác sĩ	*Lan — Vietnamese — Doctor*
Chị ấy tên là gì?	What is her name?
Chị ấy tên là *Lan*.	Her name is Lan.
Chị ấy là người nước nào?	What country does she come from?
Chị ấy là người *Việt Nam*.	She is Vietnamese.
Chị ấy làm gì?	What is her job?
Chị ấy là *bác sĩ*.	She is a doctor.

a)   Michelle — Pháp — Tiếp viên khách sạn
b)   Anne — Canada — Thư ký
c)   Nick — Mỹ — Thương nhân
d)   Ada — Ý — Sinh viên
e)   Ông bà Brown — Anh — Giáo sư, người nội trợ

4. Use the phrases given in the brackets to answer the questions:

a)   Chị học tiếng Việt để làm gì? (chuẩn bị đi thăm Việt Nam)
b)   Anh đi Việt Nam để làm gì? (du lịch)
c)   Họ đi Thuỵ Sĩ để làm gì? (nghỉ đông)
d)   Họ làm bài tập về nhà để làm gì? (nhanh chóng nắm vững tiếng Việt)
e)   David đi Brighton (để) làm gì? (thăm bạn)

*chuẩn bị prepare **Thuỵ Sĩ** Switzerland **nghỉ đông** take a winter holiday*
***nhanh chóng** quickly **làm bài tập về nhà** doing one's homework*
***nắm vững** grasp, have a good command of*

5. Answer the following question, using the phrases provided, then translate:

> **Anh ấy học tiếng Việt để làm gì?**   *Anh ấy học tiếng Việt để...*

a)   nghiên cứu văn học Việt Nam
b)   nghiên cứu lịch sử Việt Nam
c)   chuẩn bị sang Việt Nam làm việc
d)   đi thăm bạn ở Việt Nam.
e)   đi du lịch

nghiên cứu study, research   văn học literature   sang go to, go across to

6. Fill the blanks with either <u>đã</u>, <u>đang</u>, or <u>sẽ</u> in the following sentences:

a)   Tuần trước David... đi Brighton để thăm bạn.
b)   Chúng tôi... học tiếng Việt.
c)   Họ... đi thăm Việt Nam năm ngoái.
d)   Tháng sau Lan... đi thăm một bệnh viện ở phía Nam.
e)   Tuần sau Michelle... đi Pháp.

phía Nam south

7. Use the interrogative provided to make questions out of the italicised parts of the following sentences, then translate them into English.

> **David là người *Anh*.**   David is English.
> **David là *người nước nào?***   Where (which country) does David
>   come from?

a)   *Pierre* đã đi thăm một bệnh viện ở Việt Nam năm ngoái. (ai?)
b)   Ông bà Brown sẽ đi nghỉ đông ở *Thuỵ Sĩ*. (ở đâu?)
c)   Công ty *của tôi* đang mở rộng quan hệ buôn bán với Việt Nam. (của ai?)
d)   Nick là một nhà kinh doanh người *Mỹ*. (người nước nào?)
e)   Chúng tôi đang học tiếng *Việt* ở trường Tổng hợp Luân Đôn. (gì?)

8. Put à at the end of the following statements to form questions, translate and then answer:

a)   Nick là người Mỹ...
b)   Ada là người Tây Ban Nhà...
c)   Chị ấy học tiếng Việt...
d)   Tuần sau chị đi Việt Nam...
e)   Hôm qua David đi Brighton...

9. Give Vietnamese equivalents for the following sentences:

a)   David is not French, he is English.
b)   David is in London, but his parents are living in Brighton.
c)   Nick is an American businessman.
d)   Ada is a student, she is Italian, she is not Spanish.
e)   Anne can speak French, English, Chinese and now she is studying Vietnamese.

10. Give Vietnamese equivalents, paying attention to the tenses in Vietnamese:

a)   Ann will go to Vietnam next year, now she is studying Vietnamese.
b)   Last year, Mr and Mrs Brown went to Switzerland for their winter holiday.
c)   What language are you studying now?
d)   Next month she will go to Australia to visit her parents.
e)   They are studying Vietnamese at London University.

BÀI ĐỌC — READING TEXT 🎧

Chào các bạn, tôi là Michelle, tôi là người Pháp. Bố mẹ tôi sống ở một tỉnh nhỏ ở phía Bắc nước Pháp, còn tôi sống và làm việc ở Luân Đôn. Tôi là tiếp viên ở khách sạn. Công việc của tôi rất bận rộn nhưng rất thú vị. Bây giờ tôi đang học tiếng Việt ở trường Tổng hợp Luân Đôn. Tiếng Việt không dễ nhưng cũng không khó lắm. Các bạn trong lớp tiếng Việt của tôi đến từ nhiều nước khác nhau, nhưng ai cũng muốn học tiếng Việt.

TỪ VỰNG — VOCABULARY 🎧

công việc của tôi   *my work, my job*
bận rộn   *busy*

thú vị	*interesting*
dễ	*easy*
khó	*difficult*
lắm	*very*
đến từ	*come from*
khác nhau	*different*
ai cũng	*everyone, everybody*
muốn	*want*

BÀI TẬP VỀ NHÀ — HOMEWORK

1. Answer the following questions, based on the Reading Text:

a)   Where does Michelle live?
b)   What is her job?
c)   What is her job like?
d)   What is she studying now?
e)   What is Vietnamese like?

2. Answer the questions in Vietnamese:

a)   Michelle sống ở Luân Đôn phải không?
b)   Bố mẹ cô ấy sống ở đâu?
c)   Michelle làm gì?
d)   Michelle học tiếng Việt ở đâu?
e)   Tiếng Việt thế nào?

3. What should you say when...

i) you want to ask your friend about her nationality:

a)   Chị là người nước nào?
b)   Chị biết tiếng gì?
c)   Chị là người Anh phải không?

ii) you want to ask your friend if he knows Vietnamese or not:

a)   Anh có biết tiếng Việt không?
b)   Anh là người Việt phải không?
c)   Anh biết tiếng gì?

iii) you want to know what language your friend is studying:

a)   Chị biết tiếng gì?
b)   Chị đang học tiếng gì?
c)   Chị có biết tiếng Việt không?

iv) you want to state your nationality:

a)   Tôi biết tiếng Việt.
b)   Tôi đang học tiếng Việt.
c)   Tôi là người Việt Nam.

4. Copy exercises nos. 1, 2, 4, 5 and 7.

5. Translate the Reading Text into English.

6. Write about yourself (name, nationality, language(s), profession, what you are doing/studying, etc.).

Bài Năm — Unit Five

Gia đình tôi
My family

This unit tells you how to:

- *count in Vietnamese*
- *use interrogatives* **mấy?**, **bao nhiêu?** *'how much?, how many?'*
- *use the comparative of adjectives/adverbs*
- *use some classifiers* **cái, con, quyển, cuốn**...
- *use the structure* **có** *'there is/are'*
- *use word order in a noun phrase in Vietnamese.*

HỘI THOẠI HÀNG NGÀY — EVERYDAY CONVERSATION

Michelle:	Chào David, anh có khoẻ không?
David:	Cám ơn Michelle, tôi khoẻ. Còn chị?
Michelle:	Cám ơn, tôi bình thường. Gia đình anh sống ở đâu?
David:	Bố mẹ tôi sống ở Brighton, tôi và em trai tôi sống ở Luân Đôn.
Michelle:	Ồ thế à? Gia đình anh có mấy người?
David:	Gia đình tôi có bốn người, bố mẹ tôi và hai anh em tôi. Thế còn gia đình chị?
Michelle:	Gia đình tôi có năm người. Đó là cha mẹ tôi, anh trai tôi, chị gái tôi và tôi.
David:	Thế Michelle là con út à?
Michelle:	Vâng, tôi bé nhất nhà.
David:	Các anh chị của Michelle sống ở đâu?
Michelle:	Anh cả tôi đã có gia đình. Gia đình anh ấy sống ở Pari. Chị gái tôi chưa có gia đình, chị ấy sống ở quê cùng với cha mẹ tôi.
David:	Michelle ở đây một mình thì nhớ nhà lắm nhỉ?
Michelle:	Vâng, đôi khi tôi cũng rất nhớ nhà.

TỪ VỰNG — VOCABULARY 🎧

bố mẹ, cha mẹ, ba má	*parents*
bố, cha, ba	*father*
mẹ, má, mạ	*mother*
em (anh) trai	*younger (elder) brother*
thế à	*really*
gia đình	*family*
mấy	*how many, how much*
hai anh em tôi	*my brother and I*
chị (em) gái	*elder (younger) sister*
con út	*youngest child*
nhỏ nhất, bé nhất, trẻ nhất	*smallest child, youngest child*
anh cả	*oldest brother*
chưa	*not yet*
quê	*native land*
một mình	*alone, on one's own*
nhớ (nhà)	*miss (the family)*
đôi khi	*sometimes*

COUNTING IN VIETNAMESE 🎧

Cardinal numbers

không, zero 0

một	1	mười một	11	hai mươi mốt	21
hai	2	mười hai	12	hai (mươi) hai	22
ba	3	mười ba	13	hai (mươi) ba	23
bốn	4	mười bốn	14	hai (mươi) tư	24
năm	5	mười lăm	15	hai (mươi) lăm/nhăm	25
sáu	6	mười sáu	16	hai (mươi) sáu	26
bảy	7	mười bảy	17	hai (mươi) bảy	27
tám	8	mười tám	18	hai (mươi) tám	28
chín	9	mười chín	19	hai (mươi) chín	29
mười	10	hai mươi	20	ba mươi	30

- Groups of tens: cardinal number + **mười**:

hai mươi	20	năm mươi	50	tám mươi	80
ba mươi	30	sáu mươi	60	chín mươi	90
bốn mươi	40	bảy mươi	70	một trăm	100

48   VIETNAMESE BEGINNER'S COURSE

Note: **Một** will change into **mốt** in 21, 31, 121, 131, etc. **Năm** will change into **lăm** or **nhăm** in 25, 35, 135, 145, etc. And another alternative for four — **bốn** is **tư** in 24, 34, 144, 164, etc.

hai mươi mốt 21	hai mươi tư 24	hai mươi lăm/nhăm 25
ba mươi mốt 31	ba mươi tư 34	ba mươi lăm/nhăm 35
bốn mươi mốt 41	bốn mươi tư 44	bốn mươi lăm/nhăm 45

một trăm linh/lẻ một 101	một trăm mười	110
một trăm linh/lẻ hai 102	một trăm mười bốn	114
một trăm linh/lẻ tư 104	một trăm mười lăm	115
một trăm linh/lẻ năm 105	một trăm hai mươi	120
một nghìn/ngàn 1000	một nghìn chín trăm	1900
hai nghìn/ngàn 2000	một nghìn chín trăm chín	1998
	mười tám (một chín chín tám).	

LANGUAGE POINTS

1. <u>Có gia đình</u>, <u>lập gia đình</u>, <u>lấy vợ</u>, <u>lấy chồng</u> — 'to be married', 'to get married'

Examples:

Anh cả tôi đã <u>có gia đình</u>.	My eldest brother has got married.
Chị gái tôi <u>chưa có gia đình</u>.	My elder sister has not got married yet.
Anh đã lấy <u>vợ chưa</u>?	Are you married?

2. Interrogative pronoun <u>mấy?</u>, <u>bao nhiêu?</u> — 'how much?', 'how many?'

Mấy and **bao nhiêu** are used to ask about quantity.
Mấy is used to ask about amounts from one to ten.
Bao nhiêu is used to ask about amounts above ten or in general (i.e. when you don't know whether the amount is above or below ten).

Examples:

Gia đình anh có <u>mấy</u> người?	How many people are there in your family?
Anh <u>bao nhiêu</u> tuổi?	How old are you?
Tôi ba mươi tuổi.	I am thirty years old.

In Vietnam, asking about someone's age is not always considered to be rude. In fact, people sometimes need to know your age so that they can address you correctly, because personal pronouns in Vietnamese are really kinship terms. As mentioned before, when people say **'Chào anh'** it literally means 'Hello, elder brother' and **'Chào chị'** 'Hello, elder sister'. As a rule, however, asking about the age of foreigners is best avoided.

3. Comparison of adjectives and adverbs

Whereas in English there are several ways of making comparisons (-er, -est, more, the most...), Vietnamese simply follows adjectives or adverbs with **bằng, hơn,** or **nhất.** Note that 'than' is not translated, the context explains it. The structure for this is as follows:

Comparative   *Adjective/adverb* + **bằng**
Comparative   *Adjective/adverb* + **hơn**
Superlative   *Adjective/adverb* + **nhất**

Bài số năm *ngắn.*	Lesson number 5 is short.
Bài số năm *ngắn* **bằng bài số ba.**	Lesson 5 is as short as lesson 3.
Bài số năm *ngắn* **hơn bài số bốn.**	Lesson 5 is shorter than lesson 4.
Bài số hai *ngắn nhất.*	Lesson 2 is the shortest.

4. Noun classifiers

In English 'a' or 'the' are sometimes placed before nouns to distinguish between objects in general and an object in particular. In Vietnamese, classifiers create the same distinction, but unlike English the classifiers used must be carefully selected according to the nature of the objects in question. Here are some common and neutral classifiers:

Con usually combines with nouns denoting animals.
Cái usually combines with nouns denoting inanimate objects.
Bức, tấm usually combine with nouns denoting objects that have flat surfaces.
Quyển, cuốn usually combine with nouns denoting book, magazines, etc.

Example:

cái **bàn** a table	*con* **mèo** a cat	*tấm* **thảm** a carpet
cái **ghế** a chair	*con* **chó** a dog	*bức* **tranh** a picture
cái **lọ hoa** a vase	*con* **cá** a fish	*bức* **thư** a letter
cái **nhà** a house	*con* **chim** a bird	*quyển* **sách** a book
cái **ô tô** *a car*	*con* **bò** a cow	*cuốn* **từ điển** a dictionary

5. Structure with <u>có</u> — there is/are

Trong lớp học *có* bốn cái bàn và mười cái ghế.	In the classroom <u>there are</u> four tables and ten chairs.
Có một cái lọ hoa ở trên bàn.	<u>There is</u> a vase on the table.

6. Word order in a noun phrase in Vietnamese

> Number + classifier + *noun* + adjective + demonstrative pronoun

3 cuốn *sách* hay này	These three interesting books
4 bức *tranh* đẹp kia	Those four beautiful pictures

BÀI TẬP THỰC HÀNH — PRACTICE EXERCISES

1. Learn by heart the numbers from 1 to 20.

2. Read aloud the following numbers:

a) 11, 21, 31, 41, 51, 61, 71, 81, 91.
b) 14, 24, 34, 44, 54, 64, 74, 84, 94.
c) 15, 25, 35, 45, 55, 65, 75, 85, 95.
d) 105, 110, 114, 115, 120, 124, 125.
e) 1000, 2000, 1995, 1996, 1997, 1998, 1999.

3. Answer the following questions:

a) Gia đình anh/chị có mấy người?
b) Trong lớp học này có bao nhiêu người?
c) Gia đình Michelle có mấy người?
d) Gia đình David có bao nhiêu người?
e) Anh/chị có mấy anh chị em?

4. Fill the blanks with either **cái** or **con**:

a) Trong phòng có hai... bàn và tám... ghế.
b) ... mèo đang ngủ trên... ghế bành.
c) Mẹ tôi mua hai... cá.
d) Chúng tôi mua... ô tô này năm ngoái.
e) ... áo này rất đẹp.

ghế bành armchair đang ngủ sleeping mua buy ô tô car áo shirt

5. Choosing the correct classifiers for each of the following sentences:

Năm sau chúng tôi sẽ mua một... ô tô mới.	*con*
Trên tường có hai... tranh.	*cái*
Hôm qua tôi nhận được một... thư của bạn tôi.	*cuốn*
Cô ấy có một... chó rất đẹp.	*bức*
Anh ấy mua một... từ điển Anh Việt.	*bức*

tường wall từ điển Anh Việt English-Vietnamese dictionary

6) Construct sentences following the pattern:

> *bốn cái ghế*   *four chairs*
> **Trong phòng có bốn cái ghế.** There are four chairs in the room.

a)   ba bức tranh
b)   hai cái cửa sổ
c)   một cái cửa ra vào
d)   hai cái đèn
e)   một cái vô tuyến

7. Ask, then answer following the pattern, using the phrases provided in exercise 6:

> **Trong phòng có mấy cái ghế?**   How many chairs are there
>   in the room?
> **Trong phòng có bốn cái ghế.**   There are four chairs in the
>   room.

8. Fill in the blanks with either *bằng*, *hơn*, or *nhất*:

a)   Bức tranh này đẹp... bức tranh kia.
b)   Michelle bé... nhà.
c)   Tôi là con lớn... trong gia đình.
d)   Phòng khách của tôi rộng... phòng ngủ.
e)   Căn hộ của tôi to... căn hộ của David.

con child, children rộng, to large, big phòng ngủ bedroom
phòng khách sitting room, living room phòng ngủ bedroom căn hộ flat

9. Construct sentences following the pattern:

mẹ tôi 50 tuổi, cha tôi 52 tuổi	*my mother is 50 years old, my father is 52*
Mẹ tôi *trẻ hơn* cha tôi hai tuổi.	My mother is two years younger than my father.
Cha tôi *lớn hơn* mẹ tôi hai tuổi.	My father is two years older than my mother.

a) Bà Brown 52 tuổi, ông Brown 55 tuổi.
b) Lan 35 tuổi, Sơn 37 tuổi.
c) Tôi 20 tuổi, chị gái tôi 25.
d) Cô tôi 40 tuổi, chú tôi 39 tuổi.
e) Bà tôi 73 tuổi, ông tôi 75.

cô aunt   *chú uncle*   *ông grandfather*   *bà grandmother*

BÀI ĐỌC — READING TEXT 🎧

Chào các bạn, tôi là David, tôi là người Anh. Bố mẹ tôi sống ở Brighton, còn tôi và em tôi sống ở Luân Đôn. Chúng tôi sống trong một căn hộ nhỏ ở Bắc Luân Đôn. Căn hộ của chúng tôi có hai phòng ngủ, một phòng khách, một gian bếp khá rộng và một buồng tắm. Hàng ngày tôi đi làm còn em tôi đi học.

Mỗi tháng chúng tôi về Brighton thăm bố mẹ một lần. Bố mẹ tôi không già lắm. Năm nay mẹ tôi 47 tuổi, bố tôi hơn mẹ tôi 3 tuổi. Mẹ tôi dạy nhạc ở trường trung học. Bố tôi là kỹ sư xây dựng. Ngôi nhà của bố mẹ tôi rất đẹp và khang trang. Sau nhà có vườn rộng trồng nhiều loại hoa đẹp nhưng nhiều nhất là hoa hồng.

TỪ VỰNG — VOCABULARY 🎧

căn hộ	*flat*
khá	*rather*
phòng ngủ	*bedroom*
phòng khách	*sitting room, living room*
gian bếp	*kitchen*
buồng tắm	*bathroom*
hàng ngày	*every day*
đi học	*go to school*
mỗi tháng	*every month*
về	*come back*

một lần	one time, once
vẫn còn	still
nhạc	music
trường trung học	secondary school
kỹ sư xây dựng	civil engineer, construction engineer
khang trang	spacious
sau nhà	behind the house
vườn	garden
rộng	large, big
trồng	grow, plant
nhiều loại	many kinds of
hoa	flower
nhiều nhất	mostly, the most
hoa hồng	rose

BÀI TẬP VỀ NHÀ — HOMEWORK

1. Answer the following questions in English based on the Reading Text:

a) Where does David live?
b) How many bedrooms are there in his flat?
c) What does he do every day?
d) What subject does his mother teach at secondary school?
e) What is their house like in Brighton?

2. Answer the following questions in Vietnamese, based on the Reading Text:

a) Bố mẹ David sống ở đâu?
b) Mỗi tháng David về thăm bố mẹ mấy lần?
c) Ngôi nhà của bố mẹ David thế nào?
d) Trong vườn trồng hoa gì?
e) Hàng ngày em trai David làm gì?

3. What should you say when...

i) you want to ask your friend where he or she lives:

a) Chị sống ở đâu?
b) Chị làm việc ở đâu?
c) Chị đi đâu?

ii) your friend wants to know how many people there are in your family:

a)   Gia đình tôi sống ở Luân Đôn.
b)   Gia đình tôi có bốn người.
c)   Gia đình tôi rất hạnh phúc.

iii) your friend wants to know how many rooms there are in your flat:

a)   Căn hộ của tôi có 4 phòng.
b)   Căn hộ của tôi không rộng lắm.
c)   Căn hộ của tôi rất đẹp.

iv) you want to tell your friend you are the youngest child in your family:

a)   Tôi là con út.
b)   Tôi là con cả.
c)   Tôi có một em trai.

4. Rewrite exercises nos. 3, 7, 8 and 9.

5. Translate the Reading Text into English.

6. Write something about your family.

Bài Sáu — Unit Six

Bây giờ là mấy giờ?
What is the time now?

This unit tells you how to:

- *form ordinal numbers in Vietnamese*
- *say the days of the week*
- *use the interrogatives bao lâu? 'how long?' and tại sao? 'why?'*
- *tell the time and use time periods of a day*
- *use the final particle thế, vậy 'so'.*

HỘI THOẠI HÀNG NGÀY — EVERYDAY CONVERSATION

Hoa: Mấy giờ cuộc họp bắt đầu?
Lan: 10 giờ 30.
Hoa: Cuộc họp sẽ kéo dài bao lâu?
Lan: Khoảng một tiếng.

Lan: Hàng ngày chị dậy lúc mấy giờ?
Hoa: Sáu giờ đúng.
Lan: Sao sớm thế?
Hoa: Vì nhà tôi ở xa cơ quan. Thế còn chị, mấy giờ chị dậy?
Lan: Bảy giờ, đôi khi bảy giờ ba mươi tôi mới dậy.

Michelle: Cơ quan anh bắt đầu làm việc lúc mấy giờ?
David: 8 giờ 30, còn cơ quan chị?
Michelle: Tôi làm việc theo ca. Tuần này tôi làm ca ngày, tuần sau tôi làm ca đêm.
David: Chị là bác sĩ à?
Michelle: Không, tôi không phải là bác sĩ, tôi là tiếp viên khách sạn.

TỪ VỰNG — VOCABULARY

mấy giờ	*what time*
giờ	*time, hour, o'clock*
tiếng	*hour*
cuộc họp	*meeting*
bắt đầu	*start, begin*
kéo dài	*last, take*
bao lâu	*how long*
khoảng	*about, approximately*
dậy	*get up*
lúc	*at*
đúng	*exactly, sharp*
sao, tại sao, vì sao	*why*
ở	*to be, to live*
xa	*far*
cơ quan, sở, công sở	*office*
mùa đông	*winter*
mùa hè	*summer*
làm việc theo ca	*shift-work*
ca ngày	*day shift*
ca đêm	*night shift*

Ordinal numbers in Vietnamese

To form the ordinal numbers in Vietnamese is simple, you just put the word **thứ** before the cardinal numbers. However, there are some exceptions but not many:

- **Ordinal numbers = thứ + cardinal numbers:**

Thứ nhất	1st	thứ mười lăm	15th
thứ nhì, thứ hai	2nd	thứ hai mươi tư	24th
thứ ba	3rd	thứ hai mươi nhăm	25th
thứ tư	4th	thứ ba mươi mốt	31st
thứ năm	5th	thứ ba mươi hai	32nd
thứ sáu	6th		
thứ bảy	7th		
thứ tám	8th		
thứ chín	9th		
thứ mười	10th		

The way of reading the ordinal numbers is the same as that of the cardinal numbers, including the cases in which the figure are 1, 4, 5 etc. The ordinal numbers can be used as a predicate directly in a sentence.

Example:

Tôi *thứ nhất*, anh *thứ nhì*.   I am first, you are second.

CÁC NGÀY TRONG TUẦN — DAYS OF THE WEEK 🎧

Có bảy ngày trong một tuần, đó là: There are seven days in a week, these are:

thứ hai	Monday
thứ ba	Tuesday
thứ tư	Wednesday
thứ năm	Thursday
thứ sáu	Friday
thứ bảy	Saturday
chủ nhật	Sunday

Hôm nay là thứ mấy?   What day is today?
Hôm nay là thứ ba.   Today is Tuesday.
Hôm qua là thứ mấy?   What day was yesterday?
Hôm qua là thứ hai.   Yesterday was Monday.

LANGUAGE POINTS:

1. Bao lâu? — 'how long?'

The interrogative **bao lâu** is used to ask about the duration of an action:

Cuộc họp sẽ kéo dài *bao lâu*?   How long will the meeting last?
Hai tiếng.   Two hours.
Buổi biểu diễn kéo dài *bao lâu*? How long does the performance last?
Khoảng 90 phút.   About **90** minutes.

2. Khoảng, chừng, khoảng chừng — about, approximately.

Since **khoảng, chừng, khoảng chừng** have the same meaning, you can use them interchangeably:

Cuộc họp sẽ kéo dài *khoảng* một tiếng.	The meeting will last about one hour.
Buổi biểu diễn sẽ kéo dài *khoảng chừng* ba tiếng.	The performance will last approximately three hours.

3. Sao?, tại sao? and vì sao? — 'why? for what reason?'

The interrogatives **sao?**, **tại sao?** and **vì sao?** are used to ask the reason why. You can use them interchangeably, since they have exactly the same meaning.

• Questions:

Sao chị dậy sớm thế?	Why do you get up so early?
Tại sao chị dậy sớm thế?	
Vì sao chị dậy sớm thế?	

• Answers:

Tôi phải dậy sớm	*vì*	nhà tôi ở xa cơ quan.
	bởi vì	
	tại vì	

I have to get up early *because* my house is far from my office.

4. Cách hỏi và nói giờ — asking and telling time 🎧

• Questions:

Bây giờ là mấy giờ?	What is the time now?
Mấy giờ rồi? *(Lit. What time already?)*	What time is it?

• Answers:

Bây giờ là			
mười giờ đúng.	*10:00*	It is	10 sharp now.
mười giờ mười.	*10:10*		10 past 10.
mười giờ kém mười.	*10 giờ kém 10.*		ten to ten.
chín giờ năm mươi.	*9:50*		nine fifty.
mười giờ ba mươi.	*10:30*		ten thirty.
hai giờ mười lăm.	*2:15*		2:15
hai giờ chiều.	*2 giờ chiều*		2 pm
một giờ sáng.	*1 giờ sáng*		1 am.

5. Particles <u>thế</u>, <u>vậy</u> — 'so, such, like that'

Sao thế?/Sao vậy?   Why so?
Không phải thế./Không phải vậy.   It is not so.
Nó không ngốc như vậy.   He is not such a fool

BÀI TẬP THỰC HÀNH — PRACTICE EXERCISES

1. Bây giờ là mấy giờ? — 'What time is it?'

6:30   7:40   10:05

1:00   12:00

2. Answer the following questions:

a)   Theo đồng hồ của anh/chị, bây giờ là mấy giờ?
b)   Theo đồng hồ của anh ấy/chị ấy bây giờ là mấy giờ?
c)   Theo đồng hồ trên tường bây giờ là mấy giờ?
d)   Đồng hồ ấy có đúng không?
e)   Đồng hồ nào nhanh, đồng hồ nào chậm?

theo đồng hồ của tôi *by my watch*   **đúng** *correct*
sai *wrong*   **nhanh** *fast*   **chậm** *slow*

3. Create conversations following the pattern, using the given phrases:

> *Cuộc họp — 10:15*   *the meeting — 10:15*
> **Mấy giờ *cuộc họp* bắt đầu?** What time does the meeting begin?
> ***10:15.***   10:15.

a) lớp học tiếng Việt — **6:30** tối
b) cuộc phỏng vấn (the interview) — **2:00** chiều
c) cuộc họp báo (the press conference) — **10:30** sáng
d) trận bóng đá (the football match) — **6:00** tối
e) buổi liên hoan (the party) — **7:30** tối

4. Answer the questions following the pattern:

> **Cuộc họp sẽ kéo dài *bao lâu?*** How long will the meeting last?
>
> **(khoảng 30 phút)**
> **Cuộc họp sẽ kéo dài *khoảng 30 phút*.** The meeting will last about 30 minutes.

a) Buổi học sẽ kéo dài bao lâu? (2 tiếng)
b) Cuộc phỏng vấn sẽ kéo dài bao lâu? (khoảng 1 tiếng rưỡi)
c) Cuộc họp báo sẽ kéo dài bao lâu? (chừng hơn một tiếng)
d) Trận bóng đá sẽ kéo dài bao lâu? (90 phút)
e) Buổi liên hoan sẽ kéo dài bao lâu? (Khoảng chừng 3 tiếng)

5. Ask your friend:

a) Buổi sáng anh/chị thường dậy lúc mấy giờ?
b) Anh/chị thường đi làm lúc mấy giờ?
c) Anh/chị ăn trưa lúc mấy giờ?
d) Anh/chị thường đi làm về lúc mấy giờ?
e) Anh/chị đi ngủ lúc mấy giờ?

ăn trưa have lunch   *đi làm về* go home from work
đi ngủ go to bed

6. Answer the following questions, then translate them into English, paying attention to the tenses of the verbs:

a) Hôm qua anh/chị dậy lúc mấy giờ?
b) Hôm qua anh/chị đi làm lúc mấy giờ?

c)   Hôm qua anh/chị ăn trưa lúc mấy giờ?
d)   Hôm qua anh/chị đi làm về lúc mấy giờ?
e)   Hôm qua anh /chị đi ngủ lúc mấy giờ?

7. Use the phrases provided to answer the question, then translate:

Sau giờ làm việc anh/chị thường *làm gì*?	What do you usually do after work?

a)   đi dạo   *go for a walk*
b)   đi chợ   *go to the market*
c)   đi đến quán rượu   *go to the pub*
d)   về nhà ngay   *return home at once*
e)   đi thăm bạn   *go to visit a friend*

8. Complete the sentence using the phrases provided to describe your daily activities:

Hàng ngày tôi thường… **Hàng ngày tôi thường *ngủ dậy lúc 7 giờ*.**	Every day I usually get up at 7:00

đánh răng   *brush one's teeth*
rửa mặt   *wash one's face*
cạo râu   *shave*
chải đầu   *comb hair*
mặc quần áo   *put on one's clothes*
ăn sáng/ăn trưa/ăn tối   *have breakfast/lunch/dinner*
đi làm/đi học   *go to work/go to school*
về nhà   *come back home*
xem vô tuyến/nghe nhạc   *watch TV/listen to the music*
đọc sách/đọc báo   *read a book/newspapers*
đi ngủ   *go to bed*

9. Use the suggested phrases to answer the question:

Anh/chị thường làm gì vào ngày nghỉ cuối tuần?
What do you usually do at the weekend?

a) đi thăm bố mẹ/bạn
b) đi nước ngoài (*go abroad*)
c) ở nhà đọc sách/báo/tiểu thuyết (*novels*)
d) đi xem phim/xem hát
e) về quê (*home town*)

10. Fill in your diary for the next week and discuss with your friends as follows:

Sáng thứ hai tuần sau chị/anh *làm* gì?
What are you doing next Monday morning?
Sáng thứ hai tuần sau tôi *làm việc tại cơ quan*.
Next Monday morning I will be working at my office.

Ngày	Buổi sáng	Buổi chiều	Buổi tối
Thứ hai	làm việc tại cơ quan.	dự một cuộc họp báo.	đọc sách tại thư viện.
Thứ ba			
Thứ tư			
Thứ năm			
Thứ sáu			
Thứ bảy			
Chủ nhật	Thăm bố mẹ/bạn		

BÀI ĐỌC — READING TEXT 🎧

Michelle là tiếp viên tại một khách sạn nhỏ ở trung tâm thành phố. Công việc của cô rất bận rộn. Cô phải làm việc theo ca. Nếu tuần này cô làm ca sáng thì tuần sau cô làm ca chiều. Hôm nào làm ca sáng thì cô phải dậy rất sớm còn hôm nào làm ca chiều thì cô về nhà rất muộn. Người yêu của Michelle không thích cô làm việc theo ca, anh ấy nói làm việc theo ca không phù hợp với phụ nữ vì họ phải đi sớm về khuya.

Anne là thư ký của một công ty thương mại ở Luân Đôn. Cô làm việc theo giờ hành chính. Hàng ngày cô dậy lúc 7 giờ, ăn sáng lúc 8 giờ và đi làm lúc 8 giờ 30. Cô đến cơ quan lúc 9 giờ. Công việc của cô cũng rất bận rộn: cô phải trực điện thoại, trả lời thư từ cho khách hàng từ khắp nơi trên thế giới, tiếp khách đến làm việc v.v. Cô ăn trưa lúc một giờ tại căng tin của công ty. Ngày làm việc của cô kết thúc lúc 6 giờ. Sau giờ làm việc vào các buổi chiều thứ hai, thứ tư và thứ sáu Anne thường đến câu lạc bộ sức khoẻ. Cô thường ăn tối ở nhà. Sau bữa tối, Anne xem vô tuyến, nghe nhạc hoặc học ngoại ngữ. Tuy vậy cũng có lúc Anne cảm thấy công việc hơi đơn điệu. Cô định năm sau sẽ đi du lịch Viễn Đông.

TỪ VỰNG — VOCABULARY 🎧

nếu	*if*
hôm nào	*on the day*
người yêu	*boyfriend, girlfriend*
thích	*like*
phù hợp	*suitable*
phụ nữ	*women*
muộn	*late*
khuya	*late at night*
giờ hành chính	*office hours*
trực điện thoại	*answer the phone*
trả lời	*reply*
thư từ	*letter*
khách hàng	*client, visitor, guest*
căng tin	*canteen*
kết thúc	*finish*
câu lạc bộ sức khoẻ	*fitness club*
cảm thấy	*feel*
đơn điệu	*monotonous*
Viễn Đông	*Far East*

BÀI TẬP VỀ NHÀ — HOMEWORK

1. Answer the questions:

a) Who is the hotel receptionist?

b) She has to work shifts, doesn't she?

c) Why does Michelle's boyfriend dislike her job?

d) What does Anne do every day?

e) Does Anne plan to go to the Far East next year?

2. Answer the questions in Vietnamese:

a)   Michelle làm việc ở đâu?
b)   Anne làm nghề gì?
c)   Sau giờ làm việc vào các ngày thứ hai, thứ tư và thứ sáu Anne
     thường làm gì?
d)   Anne thường làm gì sau bữa tối?
e)   Năm sau Anne định đi du lịch ở đâu?

3. What should you say when...

i) you want to know how long the meeting lasts:

a)   Cuộc họp sẽ kéo dài bao lâu?
b)   Buổi biểu diễn sẽ kéo dài bao lâu?
c)   Buổi học sẽ kéo dài bao lâu?

ii) you want to know the reason why your friend came late:

a)   Sao chị đến sớm thế?
b)   Sao chị đến muộn thế?
c)   Sao chị dậy sớm thế?

iii) you want to know what the time is now:

a)   Lớp học bắt đầu lúc mấy giờ?
b)   Chị đến lúc mấy giờ?
c)   Bây giờ là mấy giờ?

iv) you want to tell your friend the exact time now:

a)   Bây giờ khoảng 2 giờ chiều.
b)   Bây giờ lớp học sẽ bắt đầu.
c)   Bây giờ là 2 giờ đúng.

4. Copy exercises nos. 3, 5 and 9.

5. Translate the Reading Text into English.

6. Write something about your working day.

Hôm nay là ngày bao nhiêu?
What is the date today?

This unit tells you how to:

• *tell the date*
• *use the prepositions vào, lúc 'in, at'*
• *use the connective thì.*

HỘI THOẠI HÀNG NGÀY — EVERYDAY CONVERSATION 🎧

Sally:	Chị học tiếng Việt vào ngày nào?
Ada:	Thứ ba hàng tuần.
Sally:	Lớp chị bắt đầu lúc mấy giờ?
Ada:	6.30. Còn chị học tiếng gì?
Sally:	Tôi học tiếng Nhật. Lớp tôi cũng bắt đầu lúc 6.30 ngày thứ ba hàng tuần.

Hoa:	Sinh nhật bạn vào ngày nào ?
Helen:	Sinh nhật tôi vào ngày 20 tháng 10. Còn bạn?
Hoa:	Tôi sinh ngày 25 tháng 2.
Helen:	Ồ, cùng ngày sinh với em trai tôi.
Hoa:	Em bạn sinh năm nào?
Helen:	1980.
Hoa:	Kém tôi đúng 5 năm. Bạn biết không, tôi sinh đúng ngày mùng 1 Tết đấy.
Helen:	Tết là ngày gì vậy?
Hoa:	Ồ xin lỗi, tôi quên không giải thích cho bạn, Tết là năm mới của Việt Nam. Người Việt Nam chúng tôi đón năm mới theo Âm lịch, nên thường chúng tôi đón năm mới hai lần, cả Dương lịch lẫn Âm lịch đấy.
Helen:	Ồ thích nhỉ?
Hoa:	Trẻ con thì thích, nhưng người lớn thì lo vì phải mua sắm nhiều.

TỪ VỰNG — VOCABULARY 🎧

vào	in, on prep.
lúc	at prep.
bạn	you (friendly)
sinh nhật , ngày sinh	birthday
sinh	be born, give birth to
tháng	month
năm	year
cùng ngày sinh	the same birthday
kém	less than/younger than
Tết	lunar New Year
năm mới	New Year
giải thích	explain
đón	welcome
Âm lịch	lunar calendar
Dương lịch	gregorian calendar
lo	be worried
mua sắm	shopping

NOTE:

In Vietnam today people still simultaneously use two kinds of calendars, **dương lịch** — the Gregorian calendar and **âm lịch** — the lunar calendar. Official timetables follow **dương lịch**, but other events that are considered to be important in a person's life, such as marriage, building or buying a house, even a long journey, follow **âm lịch**.

A lunar year, or **âm lịch** year, has 12 or 13 months (a year with 13 months is called **năm nhuận** — leap year). Normally, âm lịch is one month later than dương lịch. That is why New Year in Vietnam often falls in February.

Tết or **Tết Nguyên Đán** — the Vietnamese lunar New Year is the biggest traditional festival in Vietnam dedicated to the beginning of the spring. Like Christmas in Europe, **Tết** is the occasion for families to reunite. People decorate their houses with **hoa đào** — peach blossom — in the North and **hoa mai** — apricot blossom in the South. Many special dishes are prepared for **Tết** some of them, such as **bánh chưng** (sticky rice dumpling) are almost obligatory — and date back thousands of years. Numerous games, such as wrestling, boat racing, chess, take place during this time, as people stroll the streets and visit each other's homes, wishing good health and bright prospects for the New Year.

TELLING DAY, MONTH AND YEAR IN VIETNAMESE

Một năm có 12 tháng.	There are 12 months in a year.
Đó là:	These are:
tháng Giêng	January
tháng Hai	February
tháng Ba	March
tháng Tư	April
tháng Năm	May
tháng Sáu	June
tháng Bảy	July
tháng Tám	August
tháng Chín	September
tháng Mười	October
tháng Mười một, tháng Một	November
tháng Mười hai, tháng Chạp	December

- The order of writing dates in Vietnamese is as follows:

Thứ — ngày — tháng — năm

Example

Thứ sáu ngày 1 tháng 12 năm 1995. Friday 1st December 1995.
Thứ bảy ngày 2 tháng 12 năm 1995. Saturday 2nd December 1995.

Mùng or **mồng** is used to indicate the days of the month from the 1st to the 10th:

Ngày mùng/mồng *một*	Ngày mùng/mồng *hai*
Ngày mùng/mồng *tám*	Ngày mùng/mồng *mười*

Hôm nay ngày mùng/mồng mấy? is used in asking the day of the month from the 1st to the 10th:

Hôm nay ngày *mùng/mồng mấy?*	What is the date today?
Hôm nay ngày *mùng* 7 tháng 11 năm 1995.	Today is 7 November 1995.

Hôm nay ngày bao nhiêu? is used for the remaining days of the month:

Hôm nay ngày bao nhiêu?	What is the date today?
Hôm nay *ngày* 14 tháng 11 năm 1995.	Today is 14 November 1995.

LANGUAGE POINTS

1. Preposition <u>vào</u>, <u>lúc</u>

• **Vào** — 'in, on' is used to denote certain periods of time:

vào ngày nào?	on which day?
vào thứ ba	on Tuesday
vào tháng Hai	in February
vào mùa xuân	in spring

• **Lúc** — 'at' is used to indicate an exact point in time:

lúc 6:30	at 6:30
lúc này	at this moment
lúc nửa đêm	at midnight

Sometimes the combination **vào lúc** is used in place of **lúc**:

Lớp tôi bắt đầu *vào lúc* 6:30.   My class starts at 6:30.

• Question:

lúc nào?	at what time? when?
khi nào?	when?
bao giờ?	when?

2. <u>Sinh</u> — 'to give birth to, to be born'

This verb can be used with both active or passive meaning:

Bà Năm *sinh* được hai người con trai.	Mrs Năm has given birth to two boys.
Hồng *sinh* ngày 15 tháng 2 năm 1980.	Hồng was born on 15th February, 1980.

3. <u>Thì</u> is a connective, used to emphasize the subject or to link two elements with opposite meanings. Normally, **thì** stands before both these elements and sometimes it does not be translated:

Mùa hè *thì* nóng, mùa đông *thì* lạnh.	Summer is hot, winter is cold.
Trẻ con *thì* thích, cha mẹ *thì* lo.	Children like it, parents are worried.

BÀI TẬP THỰC HÀNH — PRACTICE EXERCISES:

1. Answer the following questions:

a)   Một năm có bao nhiêu tháng?
b)   Đó là những tháng nào?
c)   Một tháng có bao nhiêu tuần?
d)   Một tuần có bao nhiêu ngày?
e)   Một ngày có bao nhiêu giờ?

2. Select the correct phrases to fill in the blanks:

a)   Một năm có .... tháng.   Mười một
b)   Tháng này là tháng   12
c)   Tháng này có .... ngày.   28, 29
d)   Tháng hai có ...... hoặc ...... ngày. 30
e)   Có .... trong một tháng.   4 tuần

3. Create dialogues with your friend following the pattern:

Hôm nay là ngày *bao nhiêu*?	What is the date today?
Hôm nay là ngày *14 tháng 11 năm 1995*.	Today is 14 November 1995.

a)   Hôm qua
b)   Hôm kia (the day before yesterday)
c)   Ngày mai
d)   Ngày kia (the day after tomorrow)
e)   Chủ nhật này (this Sunday)

4. Construct sentences using the dates in the calendar overleaf:

đi sân bay để đón bạn	*go to the airport to meet his friend*
Sáng thứ hai ngày mùng 4 anh ấy sẽ *đi sân bay để đón bạn*.	In the morning on Monday 4th he will go to the airport to meet his friend.

a)   tiếp một đoàn thương nhân Việt Nam
b)   làm ca đêm tại bệnh viện
c)   đi Pháp nghỉ cuối tuần

d)   ăn tối với người yêu.

e)   học tiếng Việt

đoàn group, delegation   **nghỉ cuối tuần** weekend (holiday)

Chủ nhật	Thứ hai	Thứ ba	Thứ tư	Thứ năm	Thứ sáu	Thứ bảy
					1	2
3	4	5	6	7	8	9
10	11	12	13	14	15	16
17	18	19	20	21	22	23
24	25	26	27	28	29	30

5. What are your own plans for this month? (give at least five sentences)

6. Construct questions then answer them, following the pattern:

Chủ nhật	*Sunday*
Chủ nhật vào những ngày nào?	What are the dates of the Sundays?
Chủ nhật vào những ngày *mồng 3,mồng 10 ngày 17 và ngày 24.*	Sundays are on the 3rd, 10th, 17th and 24th.

a)   Thứ Hai

b)   Thứ Ba

c)   Thứ Tư

d)   Thứ Năm

e)   Thứ Sáu

f)   Ngày nghỉ cuối tuần

7. Ask questions and answer them following the pattern:

máy bay — cất cánh — 2 giờ chiều	*the flight — departure — 2 p.m.*
Máy bay đi Bangkok *cất cánh* lúc mấy giờ?	What time is the departure of the flight to Bangkok?
2 giờ chiều.	2:00 p.m.

a)   tàu hoả đi Lạng Sơn — chạy — 10 giờ sáng

b)   ô tô vào Vinh — chuyển bánh — 6:30 sáng
c)   tàu thuỷ đi Hạ Long — khởi hành — 10:10 đêm
d)   máy bay từ Bangkok đến — hạ cánh — 12:40 giờ Hà Nội
e)   các anh — lên đường — 5 giờ sáng

tàu thuỷ ship   *máy bay* aeroplane
chạy (lit. run), *chuyển bánh, khởi hành, lên đường* to start, to depart

8. Give some memorable days in your life:

a)   ngày cưới (*wedding day*)
b)   sinh nhật
c)   cuộc hẹn đầu tiên (*first date*)
d)   ngày đầu đi làm việc (*first day at work*)

9. Translate Nam's curriculum vitae (lý lịch):

a)   Họ và tên: Nguyễn Văn Nam
b)   Ngày sinh: 21-5-1961.
c)   Nơi sinh: tỉnh Thái Bình.
d)   Quốc tịch: Việt Nam.
e)   Tháng 6 năm 1983 tốt nghiệp Đại học Kinh tế, Khoa Tiếp thị.
f)   Tháng 9 năm 1983 làm việc tại Bộ Thương mại.
g)   Tháng 9 năm 1995 sang Anh dự một khoá ngắn hạn về tiếp thị tại trường Đại học Tổng hợp Luân Đôn.

Đại học Kinh tế University of Economics   *khoa* department
sang go to   *tiếp thị* marketing   *Bộ Thương mại* Ministry of Trade
dự một khoá ngắn hạn attend a short course

10. Based on exercise no. 9, write your own CV or your friend's.

BÀI ĐỌC — READING TEXT 🎧

Đây là giáo sư Brown, Ông Brown dạy môn lịch sử tại trường Đại học Luân Đôn. Giáo sư Brown sinh ngày 25 tháng 4 năm 1940 tại Northampton.
    Năm 1962 ông tốt nghiệp Đại học Cambridge, ngành lịch sử. Năm 1966 bảo vệ luận án tiến sĩ về lịch sử Đông Nam Á. Năm 1970 ông lập gia đình. Vợ ông cũng là giáo viên lịch sử. Bà kém ông 3 tuổi. Năm 1972 hai ông bà sinh con trai đầu lòng, hai năm sau sinh thêm một cô con gái. Bà Brown ở nhà chăm sóc con cái.

Tuy ở nhà nhưng bà Brown vẫn tham gia viết sách cùng chồng. Hai ông bà sắp ra một cuốn sách về lễ hội ở Việt Nam. Hai ông bà đã đi Việt Nam nhiều lần để tìm hiểu về phong tục tập quán của các dân tộc thiểu số ở Việt Nam.

TỪ VỰNG — VOCABULARY 🎧

tốt nghiệp	*graduate*
ngành	*branch*
bảo vệ luận án tiến sĩ	*to defend a Ph.D. thesis*
Đông Nam Á	*South East Asia*
con trai đầu lòng	*the eldest son*
sau	*after*
một cô con gái	*a daughter*
chăm sóc	*take care of, look after*
con cái	*children*
tuy...nhưng	*though, although*
tham gia	*take part*
viết sách	*write a book*
sắp going	*to, be about to*
lễ hội	*festival*
tìm hiểu	*research, investigate*
phong tục	*customs*
tập quán	*habits*
dân tộc thiểu số	*ethnic minority*

BÀI TẬP VỀ NHÀ — HOMEWORK

1. Answer the following questions based on the Reading Text:

a)   Hiện nay ông Brown làm gì?

b)   Ông ấy sinh năm bao nhiêu?

c)   Ông ấy tốt nghiệp trường đại học nào?

d)   Ông Brown tốt nghiệp đại học năm bao nhiêu?

e)   Ông học ngành gì?

f)   Ông bảo vệ luận án tiến sĩ năm nào?

g)   Ông lập gia đình năm nào?

h)   Vợ ông ấy là giáo viên dạy môn gì?

i)   Họ có mấy người con?

j)   Họ đi Việt Nam nhiều lần để nghiên cứu vấn đề gì?

2. What should you say when...

i) you want to know today's date:

a)   Hôm nay là ngày bao nhiêu?
b)   Hôm nay chị có học tiếng Việt không?
c)   Chị học tiếng Việt vào ngày nào?

ii) you want to know what time the Vietnamese class begins:

a)   Chị học tiếng Việt phải không?
b)   Mấy giờ lớp tiếng Việt bắt đầu?
c)   Mấy giờ lớp tiếng Việt kết thúc?

iii) you want to tell your friend what time you go to the Vietnamese class:

a)   Tôi học tiếng Việt vào tối thứ ba, lúc 6:30.
b)   Tôi sẽ đi Pháp cuối tuần này.
c)   Hàng ngày tôi đi làm lúc 8:30.

iv) you want to explain to your friend what Tết is:

a)   Tết là năm mới của Việt Nam theo Âm lịch.
b)   Tôi được nghỉ ba ngày vào dịp Tết.
c)   Ngày Tết ở Việt Nam rất vui.

3. Copy exercises nos. 1, 3, 4, 5, 8, 9 and 10.

4. Translate the Reading Text into English.

Bài Tám — Unit Eight

Các mùa và thời tiết
Seasons and weather

This unit tells you how to:

- *describe the weather using the structure: subject-adjective*
- *use the word nhỉ*
- *use the particle đấy*
- *use other meanings of ở.*

HỘI THOẠI HÀNG NGÀY — EVERYDAY CONVERSATION

Mai:	Hôm nay trời đẹp nhỉ?
Hoa:	Ừ, nhưng chiều sẽ mưa đấy.
Mai:	Cậu có nghe dự báo thời tiết không?
Hoa:	Có, sáng nay trời ấm, có nắng, chiều mưa và có gió to.
Mai:	Ồ, thế thì mình phải đi chợ bây giờ đây.

Nam:	Mùa thu ở Luân Đôn đẹp quá!
David:	Đây là mùa đẹp nhất trong năm đấy.
Nam:	Mùa đông ở đây có lạnh không?
David:	Không lạnh lắm, nhưng trời luôn u ám.
Nam:	Tôi nghe nói mùa xuân ở đây cũng rất đẹp, còn mùa hè thì không nóng lắm. Thế anh thích mùa nào nhất trong năm?
David:	Nói chung mùa nào tôi cũng thích, trừ mùa đông. Anh biết đấy, vào mùa đông trời tối rất nhanh. Khoảng 3 giờ chiều trời đã tối rồi.
Nam:	Tôi chưa ở đây vào mùa đông bao giờ.
David:	Anh ở đây bao lâu rồi?
Nam:	Từ tháng chín năm nay.

TỪ VỰNG — VOCABULARY 🎧

Trời đẹp nhỉ	*It is nice today, isn't it?*
mưa	*rain*
đấy	*final particle*
nghe	*listen*
dự báo	*forecast*
thời tiết	*weather*
ấm	*warm*
lạnh	*cold*
nắng	*sunny*
gió	*wind*
phải	*must, have to*
mùa thu	*autumn*
mùa đông	*winter*
mùa xuân	*spring*
mùa hè, mùa hạ	*summer*
quá	*very*
trong năm	*in a year*
u ám	*cloudy, overcast*
nói chung	*in general*
mùa nào... cũng	*every season*
trừ	*except*
tối nhanh	*gets dark very quickly*
chưa	*not yet*

LANGUAGE POINTS

1. Describing the weather:

In Vietnamese when speaking about weather you can say:

Hôm nay *trời đẹp* **nhỉ?**	It is nice today, isn't it?
Hôm qua *trời nóng* **quá.**	It was very hot yesterday.
Ngày mai *trời sẽ lạnh.*	It will be cold tomorrow.

Trời (lit. heavens) refers to the weather and corresponds to the pronoun 'it' in the structure: 'It is hot today.' Remember that this expression in Vietnamese is used without the link verb **là**.

subject — adjective

Mùa xuân đẹp. Spring is beautiful.

Mùa đông ở **Luân Đôn không lạnh lắm.**	Winter in London is not very cold.
Ngày mai *thời tiết* **thế nào?** **Ngày mai** *trời* **thế nào?**	How is the weather going to be tomorrow?

2. Nhỉ — 'isn't it? doesn't it? don't you think so?'

Nhỉ is placed at the end of a statement sentence to change it into a question that expects confirmation or agreement. **Nhỉ** can be variously translated depending on the context as 'don't you think so?', 'have you any idea?', 'have you noticed?' or 'I wonder...'

Example:

Hôm nay trời đẹp *nhỉ?*	It is nice today, isn't it?
Chúng ta học được mấy bài rồi *nhỉ?*	How many lessons have we learned, do you know?
Anh ấy có biết tiếng Việt không *nhỉ?*	Does he know Vietnamese, I wonder?

3. Đấy

The particle **đấy** is used to focus attention when the speaker wants to convey a specific item of imformation, or it is used after a phrase for emphasis:

Cẩn thận *đấy.*	Be careful.
Mùa thu là mùa đẹp nhất trong năm *đấy.*	Autumn is the most beautiful season of the year (*as you know*).

Đấy can also be used as a marker to tell us that the sentence is a question:

Anh đi đâu *đấy?*	Where are you going?
Chị làm gì *đấy?*	What are you doing?

4. More about ở

* ở — 'in, at' (*preposition*)
* ở — 'be, live, stay' (*verb*)

Gia đình tôi sống *ở* **Luân Đôn.**	My family lives in London.
Gia đình cô ấy cũng *ở* **Luân Đôn.**	Her family is also in London.

5. Chưa — 'not yet'

• **Chưa** is used before a verb to denote a negative sense:

Tôi *chưa làm* bài tập.	I have not done my exercises yet.
Tôi *chưa ở* đây vào mùa đông.	I have not been here in winter yet.

• Question: **đã... chưa** — have... done yet?

Anh *đã* làm bài tập *chưa?*	Have you done your exercises yet?
Anh *đã* ở Luân Đôn vào mùa đông bao giờ <u>*chưa?*</u>	Have you ever been in London in winter?

• Answer: **rồi** 'yes' and **chưa** 'not yet' are used to answer this kind of question.

Anh *đã làm* bài tập *chưa?*	Have you done your exercises yet?
Rồi, tôi *đã làm* bài tập *rồi.*	Yes, I did my exercises already
Anh *đã* ở Luân Đôn vào mùa đông bao giờ *chưa?*	Have you ever been to London in winter?
Chưa, tôi *chưa* ở Luân Đôn vào mùa đông bao giờ.	Not yet, I have never been to London in winter yet.

BÀI TẬP THỰC HÀNH — PRACTICE EXERCISES:

1. Use the given words and phrases to forecast tomorrow's weather, following the pattern:

Theo dự báo thời tiết ngày mai trời *sẽ nắng*.	According to the weather forecast, tomorrow (it) will be sunny.

a)	mưa	e)	mát
b)	nóng	g)	có mây
c)	lạnh	f)	có gió
d)	ấm		

mát cool   có mây cloudy

2. Construct sentences according to the following, then translate them into English:

đẹp	*nice*
Hôm nay trời *đẹp* nhỉ?	It's nice today, isn't it?

a)   mưa quá   e)   mát
b)   nóng   g)   nhiều mây
c)   lạnh   f)   gió quá
d)   ấm

3. Ask your friend using the words <u>theo anh</u> (<u>theo chị</u>, <u>theo tôi</u>, <u>theo bà ấy</u>) 'according to, in someone's opinion' — following the pattern:

bài nào khó — bài 6	*which lesson is difficult — lesson 6*
Theo anh, *bài nào khó?*	According to you, which lesson is difficult?
Theo tôi, *bài sáu.*	In my opinion, lesson six.

a)   mùa nào đẹp nhất — xuân
b)   bài nào dễ — bài 5
c)   ai chăm làm — Hoa
d)   hôm nay có nóng không — không nóng lắm
e)   ai trẻ nhất — Mai

chăm làm *hard-working*

4. Ask your friends:

a)   Ở nước Anh một năm có mấy mùa?
b)   Đó là những mùa nào?
c)   Mùa thu ở Luân Đôn có đẹp không?
d)   Mùa đông ở Luân Đôn có lạnh không?
e)   Mùa hè ở Luân Đôn có nóng không?

5. Discuss with your friend the season(s) you like, following the pattern:

Anh/chị *thích* mùa nào nhất trong năm, vì sao?	Which season of the year do you like best, and why?
Tôi thích mùa xuân nhất vì mùa xuân có nhiều hoa đẹp.	I like spring the best, because in spring there are many beautiful flowers.

Anh/chị *không thích* **mùa nào, vì sao?**	Which season don't you like, and why?
Tôi *không thích* **mùa xuân vì vào cuối mùa xuân tôi hay bị dị ứng phấn hoa.**	I don't like spring, because I often get hayfever in late spring.

a) có nhiều hoa đẹp — *there are many beautiful flowers*
b) trời ấm áp — *it is warm*
c) có kỳ nghỉ dài — *there is a long holiday/vacation*
d) có tuyết — *there is snow*
e) trời cao, trong xanh — *high, clear blue sky*
f) trời u ám — *it is cloudy*
g) tối rất nhanh — *it gets dark very quickly*
h) dị ứng phấn hoa — *hayfever (lit. allergy to pollen)*
i) lạnh, nhiều gió — *cold, windy*

6. Construct questions then answer, following the pattern:

Nhiệt độ trung bình	*the average temperature*
Nhiệt độ trung bình hôm nay là bao nhiêu?	What is the average temperature for today?
Nhiệt độ trung bình hôm nay là 18°C.	The average temperature for today is 18°C.

(nhiệt độ) thấp nhất — *lowest, minimum (temperature)*
cao nhất — *highest, maximum*
trung bình — *average*

7. Translate the following weather forecast:

Hôm nay buổi sáng có mây, trưa và chiều giảm mây, trời nắng, gió nhẹ. Nhiệt độ cao nhất là **21°C.**

giảm *reduce*   **gió nhẹ** *light wind*

8. True or false?

a)   Ở miền bắc Việt Nam một năm có bốn mùa.
b)   Đó là các mùa xuân, hạ, thu, đông.
c)   Ở miền nam Việt Nam một năm cũng có bốn mùa.

d)   Đó là mùa khô và mùa mưa.
e)   Mùa đông ở Việt Nam có tuyết.

mùa khô dry season   mùa mưa rainy season   tuyết snow

BÀI ĐỌC — READING TEXT

Lisa consults Nick about the weather in Vietnam before going there in December:

Lisa: Anh đã ở Việt Nam một thời gian rồi phải không?
Nick: Vâng, bao giờ chị đi Việt Nam?
Lisa: Khoảng cuối tháng 12.
Nick: Ồ, thời gian tốt đấy. Mùa đông nhưng không lạnh lắm, trời lại khô ráo.
Lisa: Tôi nghe nói đi Việt Nam vào mùa xuân thì đẹp hơn.
Nick: Mùa xuân đẹp nhưng có mưa phùn. Tuy nhiên nếu đi vào mùa xuân, chị có thể tham dự những lễ hội truyền thống của Việt Nam như Tết, hội làng vv.
Lisa: Thế còn mùa hè?
Nick: Mùa hè nóng lắm. Nhiệt độ có ngày lên tới 39, 40C, nhưng thỉnh thoảng cũng có mưa rào.
Lisa: Thế anh thích đi Việt Nam vào mùa nào nhất?
Nick: Tôi thích nhất là đi Việt Nam vào cuối mùa thu. Lúc này trời không nóng lắm, không khí mát mẻ, dễ chịu.
Lisa: Đầu thu thì sao?
Nick: Cuối hè, đầu thu ở Việt Nam hay có mưa bão.
Lisa: Thế còn thời tiết ở thành phố Hồ Chí Minh?
Nick: Trong đó quanh năm chỉ có hai mùa, mùa khô và mùa mưa. Thời tiết ôn hoà dễ chịu, chị có thể đi mùa nào cũng được.

TỪ VỰNG — VOCABULARY

khí hậu	*climate*
khô ráo	*dry*
lên tới	*go up to*
mưa phùn	*drizzle*
mưa rào	*shower*
bão	*typhoon, storm*
tham dự	*attend*

lễ hội	*festival*
truyền thống	*tradition, customs*
hội làng	*village festival*
cuối	*late*
đầu	*early*
ôn hoà	*moderate*
dễ chịu	*pleasant*
hay	*often*

BÀI TẬP VỀ NHÀ — HOMEWORK

1. Answer the following questions:

a)   Bao giờ Lisa đi Việt Nam?
b)   Thời gian đó có tốt không?
c)   Mùa đông ở Việt Nam thế nào?
d)   Mùa xuân ở Việt Nam thế nào?
e)   Mùa hè ở đó có nóng không?
f)   Nhiệt độ có ngày lên tới bao nhiêu độ?
g)   Mưa rào ở Việt Nam thường có vào mùa nào?
h)   Nick thích đi Việt Nam vào mùa nào, tại sao?
i)   Miền Nam Việt Nam một năm có mấy mùa?
j)   Thời tiết trong đó thế nào?

2. What should you say when...

i) you want to inform your friend that it is windy today:

a)   Hôm nay trời có gió đấy.
b)   Hôm nay trời có gió không?
c)   Ngày mai trời sẽ có gió.

ii) you want to know the maximum temperature today:

a)   Nhiệt độ cao nhất hôm nay bao nhiêu?
b)   Nhiệt độ thấp nhất hôm nay bao nhiêu?
c)   Nhiệt độ trung bình hôm nay bao nhiêu?

iii) you want to know whether winter in Vietnam is cold or not:

a)   Mùa đông ở Việt Nam có nóng không?
b)   Mùa đông ở Việt Nam có tuyết không?

c) Mùa đông ở Việt Nam có lạnh không?

iv) you want your friend to agree with you:

a) Bài này dễ nhỉ?
b) Bài này không dài lắm.
c) Bài này tôi đã làm rồi.

3. Copy exercises nos. 1, 3, 4 and 8.

4. Translate the Reading Text into English.

5. Write something about the weather in your own country.

Bài Chín — Unit Nine

Anh sống và làm việc ở đâu?
Where do you live and work?

This unit tells you how to:

- *use the interrogative **bao xa?** 'how far?'*
- *use the word **mất** 'it takes...'*
- *use the preposition **bằng** 'by, with'*
- *use the combination **chỉ... thôi** 'only, just'.*

HỘI THOẠI HÀNG NGÀY — EVERYDAY CONVERSATION

Anne: Nhà chị cách chỗ làm việc bao xa?
Sally: Khoảng 10 dặm. Còn nhà chị?
Anne: Nhà tôi gần hơn, chỉ 5 dặm thôi.

Nick: Xin lỗi, tôi đến muộn vì tôi bị nhỡ tàu.
Anne: Ồ không sao, anh ở có xa không?
Nick: Cũng khá xa chị ạ, khoảng 30 km.
Anne: Hàng ngày anh đi làm thế nào?
Nick: Hàng ngày tôi đi làm bằng tàu hoả. Thế còn chị?
Anne: Tôi ở cách đây không xa lắm. Hàng ngày tôi đi làm bằng tàu điện ngầm, đôi khi tôi cũng đi bằng xe buýt.
Nick: Từ nhà chị đến đây đi mất bao lâu?
Anne: Khoảng nửa tiếng anh ạ.

TỪ VỰNG — VOCABULARY

chỗ làm việc, nơi làm việc	*workplace*
cách	*be distant, be away*
bao xa	*how far*
dặm	*mile*
gần	*near*
chỉ... thôi	*only*

83

bị nhỡ tàu	*miss the train*
cây số, ki lô mét (km)	*kilometre*
bằng (phương tiện)	*by (means of)*
tàu hoả, xe lửa	*train*
tàu diện ngầm, xe diện ngầm	*underground, tube*
xe buýt, xe đò	*bus*
mất bao lâu?	*how long does it take?*
nửa tiếng	*half an hour*

LANGUAGE POINTS

1. <u>Cách</u> — 'to be distant, to be away'

Cách can be use to denote distance in terms of space or time.

Nhà chị cách chỗ làm việc bao xa?	How far is your house from the office?
Cở quan anh cách đây mấy dặm?	How many miles is your office from here?
Anh ấy vừa đi cách đây 5 phút.	He left just 5 minutes ago.

2. <u>Bao xa</u> — 'how far?'

Bao xa is used to ask about distance:

| **Từ nhà chị đến cở quan** *bao xa?* | How far is it from your house to the office? |
| *Khoảng* **5 km.** | About 5 km. |

| **Từ đây đến đó** *bao xa?* | How far is it from here to there? |
| **Từ đây đến trung tâm thành phố** *bao xa?* | How far is it from here to the city centre? |

3. <u>Mất</u> — '(it) takes (away), to lose, to spend'

Mất is usually used with time, effort and money:

Từ nhà chị đến đây *đi mất* **bao lâu?**	How long does it take you to get here from your home?
Tôi *đi mất nửa tiếng.*	It takes me half an hour.
Hôm qua tôi *tiêu mất £50.*	Yesterday I spent £50.

4. Combined adverbs <u>chỉ... thôi</u> — 'only, no more than or no one else'

Chỉ... thôi is used to express the uniqueness of a thing, action or to express a short extent of time and/or space.

Nhà tôi cách đây *chỉ* một dặm *thôi*.	My house is only one mile from here.
Từ đây tới đó tôi đi *chỉ* mất 5 phút *thôi*.	It takes me only 5 minutes to get there.
Hôm qua tôi *chỉ* gặp Anne *thôi*.	Yesterday I met Anne only.

5. <u>Bằng</u> — 'by, means of, with'

Bằng is used to explain how the verb that precedes is accomplished:

a)

Hàng ngày tôi đi làm	*bằng*	tàu hoả.
Every day I go to work	*by*	*train.*
	bằng	xe buýt (*bus*).
	bằng	tàu điện ngầm (*underground*).

b)

Chúng tôi liên lạc với nhau	*bằng*	thư.
We contact each other	*by*	*mail.*
	bằng	điện thoại (*telephone*).

c)

Bọn trẻ viết	*bằng*	bút chì.
The children wrote	*with*	*their pencils.*
Bọn trẻ viết	*bằng*	bút bi (*ballpoint pens*).
Họ thường ăn cơm	*bằng*	đũa.
They usually eat	*with*	*chopsticks.*

BÀI TẬP THỰC HÀNH—PRACTICE EXERCISES

1. Ask your friend, following the patterns:

nhà chị — 3 km	*your house — 3 km*
Nhà chị cách đây bao xa?	How far is your house from here?
Nhà tôi cách đây *3 km*.	My house is 3 km away from here.

a)   cơ quan anh — 20 dặm

b)   nhà bạn chị — 4 cây số
c)   nhà cha mẹ anh — 15 cây số
d)   quê chị — 200 dặm
e)   bưu điện (post office) — 100 mét.

2. Fill in the blanks with the correct phrases, then translate them into English:

a)   Anh ấy mới đi làm cách đây....... .   học
b)   Chị Lan...... ở bệnh viện này cách đây 2 năm.   tiếng Việt
c)   ...... sang Luân Đôn cách đây 5 tháng.   làm việc
d)   Chúng tôi bắt đầu học...... cách đây 4 tháng.   Anh Nam
e)   Chị ấy...... tiếng Thái cách đây 3 năm.   10 phút

3. Construct questions then answer using the phrases provided as follows:

cửa hàng sách — 1km	*bookshop* — 1km
Từ đây đến *cửa hàng sách* bao xa?	How far is it from here to the bookshop?
Chỉ khoảng *1 km* thôi.	About 1 km only.

a)   bưu điện — 200m
b)   thư viện — nửa dặm
c)   trường Đại học Kinh tế — 2 dặm
d)   ga tàu điện ngầm gần nhất — 100 m
e)   quán cà phê gần nhất — 50 m

gần nhất nearest   *quán cà phê* coffee shop

4. Construct questions then answer, using the given phrases as follows:

cửa hàng sách — nửa giờ	*bookshop* — half an hour
Từ đây đến _cửa hàng sách_ anh đi mất bao lâu?	How long does it take you to get to the bookshop?
Chỉ mất khoảng _nửa giờ_ thôi.	About half an hour only.

a)   bưu điện — 5 phút
b)   thư viện — 10 phút đi bộ
c)   trường Đại học Kinh tế — 10 phút đi ô tô

d) ga tàu điện ngầm gần nhất — vài phút đi bộ
e) quán cà phê gần nhất — 10 phút gì đó

di bộ walk *vài several* ***10 phút gì đó** 10 minutes or so*

5. Use the phrases provided to construct sentences following the pattern:

tàu điện ngầm	*underground, tube*
Hàng ngày anh ấy đi làm	Everyday he goes to work by
bằng *tàu điện ngầm*.	tube.

a) ô tô
b) xe đạp
c) xe buýt
d) xe máy (motorcycle)
e) tàu hoả và xe buýt

6. Construct sentences following the pattern:

pháp — phà	*France — ferry*
Hè năm ngoái họ đi *Pháp*	Last summer they went to France
bằng *phà*.	by ferry.

a) Hồng Kông — máy bay của hãng hàng không Anh
b) Mỹ — đường biển
c) Việt Nam — máy bay Thái
d) Scotland — tàu hoả
e) Wales — máy bay

7. Complete the following sentences by adding bằng:

Hàng ngày tôi đi làm bằng...	*Every day I go to work by...*
Hàng ngày tôi đi làm	Every day I go to work by tube.
bằng tàu điện ngầm.	

a) Em gái tôi thường đi học bằng...

b) Họ đi tham quan Luân Đôn bằng...
c) Anh ấy đi Việt Nam bằng...
d) Người Việt Nam thường đi làm bằng...
e) Bà ấy đi Mỹ bằng...

tham quan *sightseeing*

8. Complete the following sentences by choosing the correct phrases:

Cô ấy ăn cơm bằng...   dao, dĩa
Tôi ăn xúp bằng...   đũa
Người châu Âu ăn bằng...   fax
Chúng ta sẽ nói chuyện bằng...   thìa
Họ liên lạc bằng...   điện thoại

xúp soup   **Châu Âu** *Europe*   **thìa** *spoon*   **dao** *knife*   **dĩa, nĩa** *fork*

9. Create your own dialogue following the pattern:

Anh sống ở đâu?   *Where do you live?*
Tôi ở Croydon.   *I live in Croydon.*
Có xa không?   *Is it far from here?*
Cũng khá xa.   *It is rather far.*
Anh đến đây bằng gì?   *How did you get here?*
Tôi đi bằng xe buýt và tàu hoả.   *I came by bus and train.*
Ồ, thế thì mất nhiều thời gian   *Oh, it took quite a lot of time,*
lắm nhỉ?   *didn't it?*
Vâng, tôi đi mất khoảng một   *Yes, it took me about an hour and*
tiếng rưỡi.   *a half.*

10. Answer the following questions:

a) Anh làm bài tập này mất bao lâu? (20 phút)
b) Chị thường đi làm bằng gì? (ô tô)
c) Các anh ấy dịch bài này mất bao lâu? (2 tiếng)
d) Cô ấy thường đi bộ đi làm phải không? (Vâng)
e) Từ Luân Đôn tới Băng Cốc anh bay mất bao lâu? (12 tiếng)

BÀI ĐỌC — READING TEXT 🎧

Nick làm việc ở một công ty thương mại quốc tế ở Luân Đôn. Công ty của anh ở ngay trung tâm thành phố.

Nick sống cách nơi làm việc khá xa nên đi lại mất nhiều thời gian. Hàng ngày anh thường đi làm bằng tàu hoả, mỗi lần đi mất khoảng hơn một tiếng. Thỉnh thoảng Nick đi làm muộn vì bị nhỡ tàu.

Anne cùng làm việc ở một công ty với Nick. Cô sống gần nơi làm việc hơn Nick. Hàng ngày cô đi làm bằng tàu điện ngầm, thỉnh thoảng cô cũng đi bằng xe buýt, mỗi lần đi mất khoảng nửa tiếng. Anne rất ít khi đi làm muộn.

TỪ VỰNG — VOCABULARY

nên	*that is why, therefore*
đi lại	*travel*
mỗi lần	*each time, every time*
ít khi	*rarely, seldom*

BÀI TẬP VỀ NHÀ — HOMEWORK

1. Answer the following questions:

a)   Nick làm việc ở công ty nào?

b)   Công ty của Nick ở đâu?

c)   Nick sống gần nơi làm việc có phải không?

d)   Tại sao Nick mất nhiều thời gian đi lại?

e)   Hàng ngày Nick đi làm bằng phương tiện gì?

f)   Tại sao thỉnh thoảng Nick đi làm muộn?

g)   Anne cùng làm việc với ai?

h)   Anne sống gần nơi làm việc hơn Nick có phải không?

i)   Hàng ngày Anne đi làm bằng phương tiện gì?

j)   Mỗi lần Anne đi làm việc mất khoảng bao lâu?

2. What should you say when...

i) you want to know how far it is from here to the post office:

a)   Từ đây đến bưu điện bao xa?

b)   Bưu điện ở đâu?

c)   Bưu điện không xa lắm phải không?

ii) you want to know how long it takes you to get there:

a)   Từ đây đến bưu điện không xa lắm phải không?

b)   Từ đây đến đó đi mất bao lâu?

c)   Từ đây đến đó đi mất khoảng 5 phút thôi.

iii) you want to tell your friend that you go to work by bicycle:

a)   Hàng ngày tôi đi làm bằng xe đạp.
b)   Xe đạp của tôi rất tốt.
c)   Tôi mua một cái xe đạp để đi làm.

iv) you came late because you missed the train:

a)   Tàu hoả hôm nay rất nhanh.
b)   Tôi đi làm bằng tàu hoả.
c)   Xin lỗi, tôi đến muộn vì tôi bị nhỡ tàu.

3. Copy exercises nos. 3, 4, 6 and 9.

4. Create sentences with <u>mất</u>, <u>bằng</u> and <u>cách</u> (3 sentences each).

5. Translate the Reading Text into English.

Bài Mười — Unit Ten

Công việc của tôi
My job

> **This unit tells you how to:**
>
> • use the interrogatives **bao giờ? khi nào? lúc nào** 'when?'
> • use the word **do** 'by, because of'
> • use the pronoun **nhau** 'each other'
> • use the adverbs **thật, quá**
> • use **theo** 'following, according to'.

HỘI THOẠI HÀNG NGÀY — EVERYDAY CONVERSATION

Ada: Chào Lisa, chị có khoẻ không?

Lisa: Cảm ơn chị, tôi khoẻ, còn chị?

Ada: Tôi vẫn bình thường. Công việc của chị dạo này thế nào?

Lisa: Mọi việc ổn cả. Tôi sắp đi Việt Nam làm việc đấy.

Ada: Ồ thế à, chị làm gì vậy?

Lisa: Tôi làm cho một công ty tư vấn của Anh ở Hà Nội.

Ada: Tuyệt thật! Chị sẽ làm việc ở đó bao lâu?

Lisa: Tôi có một hợp đồng hai năm.

Ada: Tôi cũng có một người bạn hiện đang ở Việt Nam, nhưng chị ấy ở thành phố Hồ Chí Minh. Chị ấy dạy tiếng Anh cho trẻ em theo một chương trình từ thiện.

Lisa: Thế à? Thế còn chị, bao giờ thì chị đi Việt Nam?

Ada: Khoảng cuối tháng bảy.

Lisa: Chị có đi cùng giáo viên hướng dẫn không?

Ada: Có chứ, nhóm chúng tôi gồm ba người do giáo sư Brown hướng dẫn.

Lisa: Chương trình của chị kéo dài bao lâu?

Ada: Khoảng hai tháng.

Lisa: Hy vọng chúng ta sẽ gặp nhau ở Hà Nội.

Ada: Tôi cũng thế.

TỪ VỰNG — VOCABULARY 🎧

mọi việc ổn cả	*everything's fine, everything's OK*
công ty tư vấn	*consultancy, consulting firm*
Tuyệt thật!	*It's wonderful!*
hợp đồng	*contract*
hiện, hiện nay	*at present, now*
theo	*follow, under according to*
trẻ em	*children*
chương trình	*programme*
từ thiện	*charity*
bao giờ, khi nào, lúc nào	*when*
cùng	*together*
nhóm	*group*
gồm	*consist of, include*
do	*by*
hy vọng	*hope*
gặp nhau	*meet each other*

LANGUAGE POINTS

1. <u>Bao giờ?</u> <u>Khi nào?</u> <u>Lúc nào?</u> — 'when?'

Interrogatives **bao giờ? khi nào? lúc nào?** are used in expressions asking about time. Attention should be paid to the position of these words in the sentences.

Bao giờ, khi nào or **lúc nào** at the beginning of the sentence refer to an action that will happen in the future:

Bao giờ chị đi Việt Nam?	When will you go to Vietnam?
Cuối tháng bảy.	The end of July.
Khi nào anh ấy đến?	When will he arrive?
Chiều nay.	This afternoon.
Lúc nào mẹ về?	When will mum be back ?
Nửa tiếng nữa.	In half an hour.

Bao giờ, khi nào or **lúc nào** at the end of a sentence refer to an action that happened in the past:

Chị đi Việt Nam *bao giờ?*	When did you go to Vietnam?
Năm ngoái.	Last year.
Anh ấy đến <u>*khi nào*</u>?	When did he arrive?

Hôm qua.	Yesterday.
Mẹ về *lúc nào?*	When did mum come back?
Lúc 5:30.	At 5:30.

2. <u>Do</u> — 'by, because of'

Do is used to express causality, originality or a state of dependence of things.
Do is normally used to express the passive in Vietnamese.

The structure may be explained as follows:

something — do — somebody/something — verb

Những sản phẩm này	do	nhà máy chúng tôi	chế tạo.
These products	*by*	*our factory*	*were manufactured*

These products were manufactured by our factory.

Cuốn sách này	do	ông Lâm	viết.
This book	*by*	*Mr Lam*	*was written.*

This book was written by Mr Lam.

Vở kịch Hamlet	do	Shakespeare	sáng tác.
The play Hamlet	*by*	*Shakespeare*	*was written.*

The play Hamlet was written by Shakespeare.

Bản nhạc này	do	Beethoven	sáng tác.
This piece of music	*by*	*Beethoven*	*was composed*

This piece of music was composed by Beethoven.

3. <u>Nhau</u> — 'each other, mutually, reciprocally'

The pronoun **nhau** is used after a verb to express a mutual action between subjects. It can be used with a variety of prepositions depending on the preceding verb:

Hy vọng chúng ta sẽ gặp *nhau* **tại Hà Nội.**	Hope to see each other in Hanoi.

Hai chị em rất giống *nhau*.	The two sisters are very similar to each other.
Họ nói chuyện với *nhau* bằng tiếng Việt.	They spoke to each other in Vietnamese.

4. Thật and quá are adverbs used to form exclamations:

Công việc đó tuyệt *thật!*	That job is really wonderful!
Ngôi nhà này đẹp *quá!*	How beautiful the house is!
Cái ô tô này đắt *quá!*	This car is too expensive!

Sometimes we can say:

Công việc đó *thật* là *tuyệt!*	That job is really wonderful!
Bức tranh này *quả* là *đẹp!*	This picture is really nice!

5. Theo

- **Theo** — 'follow' (verb)

Đừng *theo* tôi.	Don't follow me, please.

- **Theo** — 'according to, in, under' (conjunction)

Đặt câu *theo* mẫu sau rồi dịch ra tiếng Anh.	Make up sentences following the pattern then translate them into English.
***Theo* một chương trình từ thiện...**	Under a charity programme...
***Theo* tôi...**	According to me...
***Theo* ý kiến của tôi...**	In my opinion...
***Theo* tin của đài BBC...**	According to the news from the BBC...

BÀI TẬP THỰC HÀNH—PRACTICE EXERCISES

1. Ask your friend the following, using the phrases provided to construct full answers:

a)	Helen sinh con gái bao giờ?	tháng trước
b)	Bao giờ chúng ta đến thăm Helen?	tuần sau
c)	Chị xem phim này bao giờ?	thứ bảy tuần trước
d)	Bao giờ phim này sẽ chiếu trên vô tuyến?	tháng sau

e)   Bao giờ chúng ta đi xem phim với nhau?   cuối tuần này

chiếu (trên TV) to show, put (on TV)

2. Construct questions using <u>bao giờ</u> for the following sentences:

> **Tuần sau họ sẽ đi Việt Nam.** Next week they will go to Vietnam.
> **Bao giờ họ (sẽ) đi Việt Nam?** When will they go to Vietnam?

a)   Ngày mai chúng ta sẽ đi thăm Helen.
b)   Chúng tôi thi học kỳ I tháng trước.
c)   Tôi gặp Nam trong thư viện sáng nay.
d)   Tuần sau Nam sẽ đi Scotland thăm bạn.
e)   Tối nay sẽ có một chương trình truyền hình về Việt Nam trên Kênh Bốn.

thi sit an exam   học kỳ I first term   Kênh Bốn Channel Four

3. Construct sentences using the phrases provided, following the pattern, then translate them:

> *công ty tư vấn của Anh ở Hà Nội*   British consultancy in Hanoi
> *Cô ấy làm cho một công ty tư*   She works for a British
> *vấn của Anh ở Hà Nội.*   consultancy in Hanoi

a)   hãng luật của Anh ở Hà Nội
b)   hãng buôn của Ấn Độ
c)   nhà máy sản xuất ô tô của Nhật
d)   tổ chức phi chính phủ ở Nam Phi
e)   tổ chức từ thiện ở Bangkok

tổ chức organization
tổ chức phi chính phủ non-governmental organization, NGO

4. Translate the following sentences:

a)   Bài hát này do nhạc sĩ Văn Cao sáng tác.
b)   Truyện Kiều do Nguyễn Du viết.
c)   Romeo và Juliet do Shakespeare sáng tác.
d)   Đoàn đại biểu thương mại do Bộ trưởng Bộ Thương mại dẫn đầu đã tới Việt Nam chiều hôm qua.

e)   Bài thơ này do ai sáng tác?

bài hát song   bài thơ poem   nhạc sĩ composer
bộ trưởng minister, secretary of state   dẫn đầu to lead

5. Choose the correct phrases to answer the following sentences:

a)   Ai giúp đỡ nhau trong lúc khó khăn?   Hà Nội
b)   Lisa và Ada hy vọng sẽ gặp nhau ở đâu   Họ
     vào tháng bảy năm nay?
c)   Họ nói chuyện với nhau bằng tiếng gì?   gần một tiếng
d)   Họ tìm nhau ngoài phố mất bao lâu?   chào tạm biệt
e)   Bạn thường nói gì khi chia tay nhau?   Việt

giúp đỡ help   khó khăn (in) difficulty   tìm look for
ngoài phố in the street   chia tay depart, say good-bye

6. Translate the following sentences:

a)   Đặt câu theo mẫu sau.
b)   Đặt câu hỏi theo mẫu sau.
c)   Làm theo tôi.
d)   Đọc theo tôi.
e)   Trả lời theo mẫu sau.

làm do, make   đặt câu hỏi make up questions   trả lời answer

7. Construct questions from the following sentences:

> **Theo tôi, bài này không khó lắm.** According to me, this lesson
>   is not very difficult.
> **Theo anh, bài này có khó không?** According to you is this
>   lesson difficult?

a)   Theo tôi, câu chuyện không phức tạp đến thế.
b)   Theo tôi, anh nên đến thăm cô ấy.
c)   Theo dự báo thời tiết, ngày mai trời sẽ ấm hơn.
d)   Theo ý kiến của bà ấy, họ sẽ đến đó bằng tàu hoả.
e)   Chị cứ theo con đường này là tới chợ.

phức tạp complicated   nên should, ought to   chợ market

8. Separate the following sentences into two simple sentences, following the pattern:

Tôi cũng có một người bạn hiện đang ở Việt Nam.	*I also have a friend who is now in Vietnam.*
Tôi cũng có một người bạn.	I also have a friend.
Người bạn đó hiện đang ở Việt Nam.	That friend is now in Vietnam.

a) Tôi cũng có một người bạn hiện đang dạy nhạc ở trường trung học.
b) Tôi có một người bà con hiện đang ở Pháp.
c) Chị ấy có một cái ô tô hiện đang rất mốt.
d) Ông ấy là giám đốc một nhà máy hiện đang làm ăn rất tốt ở thành phố Hồ Chí Minh.
e) Bà ấy có một người con trai hiện đang học lịch sử Đông Nam Á.

người bà con a relative   *mốt fashion*   *làm ăn doing business*

9. Change the following sentences into exclamations using either thật or quá:

Cái ô tô đó rất đắt.	That car is very expensive.
Cái ô tô đó đắt quá!	How expensive it is!

a) Ngôi nhà này rất đẹp.
b) Ý kiến đó rất tuyệt.
c) Món nem rán này rất ngon.
d) Bài thơ đó rất hay.
e) Khu vườn này quá yên tĩnh.

ý kiến idea   món nem rán, chả giò spring-roll dish   ngon delicious
khu vườn the garden   yên tĩnh quiet   đắt, mắc expensive

BÀI ĐỌC — READING TEXT

Chào các bạn, tôi là Lâm, tôi là kỹ sư xây dựng. Tôi làm việc cho một công ty xây dựng ở Hà Nội. Các bạn thấy đấy, nghề xây dựng bây giờ đang làm ăn rất tốt ở Việt Nam. Kinh tế phát triển, mức sống được nâng cao nên người ta bắt đầu nghĩ đến việc xây dựng nhà cửa đẹp đẽ khang trang.

Nếu như trước dây mọi người thích xây nhà ở mặt phố cho tiện việc buôn bán, thì bây giờ những người giàu có lại muốn xây nhà ở ngoại ô để khỏi ồn ào.

Ngoài việc xây dựng nhà cửa, công ty chúng tôi còn tham gia xây dựng nhiều công trình lớn ở thủ đô. Mọi người trong công ty rất vui vẻ làm việc, không như trước kia ai cũng lo bị giảm biên chế.

TỪ VỰNG — VOCABULARY 🎧

xây dựng	*construction*
các bạn thấy đấy	*as you see/know*
kinh tế	*economics*
phát triển	*develop*
mức sống	*living standards*
được nâng cao	*being improved*
nghĩ đến	*think about*
khang trang	*spacious*
trước đây	*in the past*
mặt phố	*street front*
tiện	*convenience*
giàu có	*rich*
khỏi	*avoid*
ồn ào	*noisy*
ngoài việc... còn, ngoài ra... còn	*besides*
công trình	*building project*
thủ đô	*capital*
bị giảm biên chế	*being made redundant*
bị thất nghiệp	*being unemployed*
tham gia	*take part in*

BÀI TẬP VỀ NHÀ — HOMEWORK

1. Answer the following questions:

a)   Lâm làm nghề gì?

b)   Lâm làm việc cho công ty nào, ở đâu?

c)   Nghề gì đang làm ăn rất tốt ở Việt Nam?

d)   Tại sao bây giờ người ta lại nghĩ đến việc xây dựng nhà cửa đẹp đẽ, khang trang?

e)   Trước đây mọi người thích xây nhà ở đâu?

f)   Còn bây giờ, tại sao người ta thích xây nhà ở ngoại ô?

g)   Ngoài việc xây dựng nhà cửa công ty của Lâm còn làm gì?
h)   Mọi người trong công ty rất vui vẻ làm việc phải không?
i)   Tại sao họ lại vui vẻ làm việc?

2. What should you say when...

i) you want to know when your friend is going to Vietnam:

a)   Bao giờ chị đi Việt Nam?
b)   Chị đi Việt Nam bao giờ?
c)   Chị đi Việt Nam bao lâu?

ii) you want to know which artist created this picture:

a)   Bức tranh này đẹp thật.
b)   Bức tranh này do ai vẽ?
c)   Anh vẽ bức tranh này phải không?

iii) you tell your friend that you will meet him or her at 7:30, in front of the theatre:

a)   Chúng ta sẽ gặp nhau lúc 7:30 trước cửa rạp hát nhé.
b)   Chúng ta sẽ tạm biệt nhau lúc 7:30 trước của rạp hát nhé.
c)   Tôi sẽ gặp anh ấy lúc 7:30 trước cửa rạp hát.

iv) you want to express your own opinion on this picture:

a)   Theo tôi, bức tranh này quả là đẹp.
b)   Theo chị bức tranh này thế nào?
c)   Theo họ, bức tranh này cũng rất đẹp.

3. Copy exercises nos. 1, 2, 4, 7 and 8.

4. Translate the Reading Text into English.

Mua vé máy bay
Buying an air ticket

This unit tells you how to:

- *use the modal verbs* **muốn** *'want',* **cần** *'need',* **nên** *'should, ought to', and* **phải** *'must, have to'*
- *use the polite words* **xin**, **xin mời** *'please'*
- *use the adverbs* **cứ**, **vẫn cứ** *'still'*
- *use* **để** *'let'*
- *use the interrogative pronoun* **bao nhiêu?** *'how much?'*

HỘI THOẠI HÀNG NGÀY — EVERYDAY CONVERSATION 🎧

Lisa wants to go to Vietnam, and has the following conversation with the travel agent:

Nhân viên:	Chào cô, cô cần gì ạ?
Lisa:	Chào chị, tôi muốn mua một vé máy bay đi Việt Nam.
Nhân viên:	Bao giờ cô đi?
Lisa:	Tôi định đi vào chủ nhật ngày 19 này. Có chuyến nào không ạ?
Nhân viên:	Xin cô chờ cho một chút, để tôi xem lại. Ồ may quá, vẫn còn một chỗ! Cô mua vé một lượt hay khứ hồi?
Lisa:	Chị bán cho tôi một vé khứ hồi. Bao nhiêu tiền ạ?
Nhân viên:	650 bảng.
Lisa:	Tôi trả bằng séc có được không?
Nhân viên:	Ồ được chứ.
Lisa:	Mấy giờ máy bay cất cánh ạ?
Nhân viên:	11:20. Cô nên có mặt tại sân bay trước hai tiếng để làm thủ tục.
Lisa:	Vâng, cám ơn chị. Chào chị.
Nhân viên:	Không dám, chào cô.

TỪ VỰNG — VOCABULARY 🎧

đại lý bán vé	*ticket agent*
nhân viên bán vé	*ticket seller*
cần	*need*
muốn	*want*
vé máy bay	*air ticket*
định	*intend*
xin, xin mời	*please (polite word)*
một chút, một lát	*a moment*
để tôi xem lại	*let me check it again*
may quá	*fortunately*
vẫn còn	*still*
một lượt, một lần	*one-way ticket*
khứ hồi	*return ticket*
séc	*cheque*
có mặt	*be, be present at*
sân bay, phi trường	*airport*
làm thủ tục	*check in*
không dám	*not at all*

LANGUAGE POINTS

1. Modal verbs

Similar to English, modal verbs in Vietnamese are combined with other verbs to express the attitude or desire of the speaker.

- **Muốn** — 'want':

Tôi *muốn* mua một vé máy bay đi Việt Nam.	I want to buy an air ticket to Vietnam.
Tôi *muốn* mua một vé ngày, vùng 1 và 2.	I want to buy a travel card, zones 1&2.

- **Cần, cần phải** — 'need':

Anh không *cần phải* làm bài tập này ngay.	You needn't do this exercise at once.
Anh có *cần phải* làm ngay việc này không?	Need you do this work immediately?
Không, tôi không *cần*.	No, I needn't.

- **Nên** — 'should, ought to':

Cô *nên* có mặt trước hai tiếng để làm thủ tục.	You should be there two hours beforehand to check in.
Các anh chị *nên* làm hết bài tập về nhà.	You ought to do all your homework.

- **Phải** — 'must, have to':

Cô *phải* có mặt trước hai tiếng để làm thủ tục.	You must be there two hours ahead to check in.
Các anh chị *phải* làm hết bài tập về nhà.	You must do all your homework.

2. Xin, mời, xin mời — 'please'

Xin, mời, xin mời are used when asking for something politely. They are also used to request or invite someone politely.

Unlike English, this kind of sentence needs a personal pronoun (depending on the age and gender of the person you are speaking to) to express this:

***Xin cô* chờ cho một chút.**	Wait for a moment, please.
***Mời ông* ngồi.**	Please, sit down.
Xin *mời chị* nhắc lại câu này.	Repeat this sentence, please.

3. Vẫn, cứ, còn — 'still'

As adverbs expressing the continuation of an action the combinations **vẫn cứ, vẫn còn** are sometimes used to add more emphasis.

May quá, *vẫn còn* chỗ!	Fortunately, there is still a place!
Khuya rồi mà chị ấy *vẫn còn* thức.	Although it was late, she is still awake.

4. More on để

- **Để** — 'for, to, in order to':

The preposition **để** is used to indicate the purpose of an action, as we have already seen in Unit 4.

Chị đến hiệu sách *để làm* gì?	Why are you going to the bookshop? (for what purpose)
Tôi đến hiệu sách *để mua* một cuốn từ điển Việt-Anh.	I am going to the book shop to buy a Vietnamese-English dictionary.

• **Để** — 'let' (verb):

Để in this case is used as an imperative.

Để tôi xem lại.	Let me check it up.
Để anh ấy nói.	Let him speak.

5. Bao nhiêu? — 'how much?'

When asking for the price of something, you should use one of the following structures:

Bao nhiêu tiền một vé khứ hồi?	How much (money) is the return ticket?
Bao nhiêu một vé khứ hồi?	How much is the return ticket?
Giá vé khứ hồi là bao nhiêu?	How much is the price of a return ticket?

These sentences can be translated into English as 'how much is a return ticket?'

BÀI TẬP THỰC HÀNH—PRACTICE EXERCISES

1. Construct sentences using the phrases provided, following the pattern:

mua một vé máy bay đi Việt Nam	buy an air ticket to Vietnam
Tôi muốn *mua một vé máy bay đi Việt Nam.*	I would like to buy an air ticket to Vietnam.

a)   mua một cuốn sách học tiếng Việt
b)   đi xem phim vào tối thứ bảy này
c)   đến thăm một người bạn vào dịp nghỉ cuối tuần
d)   mua một cái ô tô mới
e)   đi Pháp tháng sau

2. Create questions for the answers below, following the pattern:

> *Có, tôi cần đến đó ngay.* *Yes, I need go there at once.*
> **Anh có cần đến đó không?** *Do you need to go there?*

a) Có, tôi cần phải làm bài tập ngay.
b) Không, tôi không cần đến thăm cô ấy.
c) Không, tôi không cần giúp họ.
d) Có, tôi cần mua cái ô tô đó.
e) Có, chúng tôi cần học chăm hơn.

3. Construct sentences using the phrases provided, following the pattern:

> *di học đều hơn* *go to the class more frequently*
> **Bạn nên đi học đều hơn.** *You should go to the class more frequently.*

a) đến đó ngay
b) gặp cô ấy để biết rõ mọi chuyện
c) làm việc đó một cách nghiêm túc
d) ăn nhiều hoa quả
e) đến thăm anh ấy

một cách nghiêm túc seriously *ăn eat* *hoa quả fruit*
biết rõ mọi chuyện understand everything clearly

4. Construct sentences using the phrases provided, following the pattern:

> *làm hết bài tập về nhà* *do all your homework*
> **Anh phải làm hết bài tập** *You must do all your homework.*
> **về nhà.**

a) đến lớp đúng giờ
b) đến cơ quan lúc **8:30** sáng ngày mai
c) nghe băng tiếng Việt hàng ngày
d) không phải thức khuya như thế
e) không phải kết thúc việc đó ngay bây giờ

nghe băng listen to a tape *thức khuya stay up late* *kết thúc finish*

5. Construct sentences using the phrases provided, following the pattern:

> *nhắc lại câu này*   *repeat this sentence*
> **Xin mời chị *nhắc lại câu này*.**   Repeat this sentence, please.

a)   đọc to câu này
b)   dịch bài này
c)   giải thích ví dụ này
d)   giảng lại phần này
e)   viết lên bảng từ này

đọc to read aloud   ***giải thích*** *explain*   ***giảng lại*** *explain again*
viết lên bảng *write on the board*

6. Construct sentences with <u>để</u> following the pattern:

> *nói*   *speak*
> **Để anh ấy *nói*!**   Let him speak! (do not interrupt him)

a)   giải quyết việc này
b)   làm bài tập
c)   ngủ
d)   hát
e)   đưa chị tối đó

giải quyết *to solve, settle*   ***đưa*** *to take, bring*

7. Construct sentences following the pattern:

> *cái áo này — 50 ngàn đồng*   *this shirt — 50 thousand dong*
> **Cái áo này giá bao nhiêu?**   How much is this shirt?
> **Bao nhiêu (tiền) *cái áo này*?**
> **Cái áo này *50 ngàn đồng*.**   This shirt is 50 thousand dong.

a)   1 kg gạo tẻ — 2,500 đồng
b)   1 bát phở — 4 ngàn đồng
c)   1 quả đu đủ — 500 đồng

d)   1 cái xe đạp — 1 triệu đồng
e)   1 cái xe máy — 2,500 đô la

gạo tẻ   plain rice   gạo nếp sticky rice   quả đu đủ papaya
một bát phở   a bowl of rice noodle soup

8. Construct sentences by replacing the word <u>séc</u> with another of the words or phrases provided:

> **Tôi trả bằng <u>*séc*</u> có được không?**   Can I pay by cheque?

a)   tiền mặt (cash)
b)   đồng bảng Anh (£)
c)   đô la Mỹ (US$)
d)   đô la úc
e)   thẻ tín dụng (credit card)

9. Fill in the blanks with either <u>vẫn</u>, <u>còn</u>, <u>vẫn còn</u> or <u>vẫn cứ</u>:

a)   Tôi...... chưa hiểu câu này.
b)   Anh ấy...... ngủ.
c)   Anh ấy...... chưa làm bài tập.
d)   Muộn rồi mà họ...... đi.
e)   Trời hôm nay có nắng mà...... lạnh.

10. Give your friend advice in the following situations:

a)   Trời sắp mưa — mang theo áo mưa hoặc ô
b)   Bây giờ Hà Nội vẫn còn lạnh — mang theo áo ấm
c)   Cuộc họp sắp bắt đầu — đi nhanh kẻo muộn
d)   Tàu sắp khởi hành — đi nhanh kẻo muộn
e)   Để nắm vững tiếng Việt — làm hết các bài tập về nhà

áo mưa raincoat   ô umbrella   áo ấm warm clothing
kẻo if not, otherwise   nắm vững to master, have a good command of

BÀI ĐỌC —READING TEXT 🎧

Lisa là luật sư, cô sắp đi làm việc cho một công ty tư vấn của Anh ở Hà Nội. Lisa định đi từ tháng 12 nhưng lúc đó công ty của cô quá bận rộn với các công việc cuối năm nên cô phải hoãn chuyến đi mất hai tháng.

Bây giờ tuy không phải là mùa du lịch nhưng hãng máy bay nào đi Việt Nam cũng đông khách. Việt kiều ở khắp nơi trên thế giới thường về Việt Nam vào dịp này để ăn Tết Nguyên Đán và thăm quê hương, họ hàng.

Nhưng may quá, Lisa vẫn mua được một vé của hãng hàng không Thái. Giá vé khứ hồi là 650 bảng, kể ra cũng phải chăng. Lisa định sẽ ở Hà Nội 6 tháng, cuối tháng tám cô sẽ về Luân Đôn để dự đám cưới của anh trai và giữa tháng chín cô sẽ quay trở lại Việt Nam. Cô đã chuẩn bị xong mọi thứ, kể cả quần áo ấm vì nghe nói mùa xuân ở Hà Nội đẹp nhưng trời vẫn còn lạnh và hay có mưa phùn.

TỪ VỰNG — VOCABULARY 🎧

lúc đó	*at that time, then*
hoãn	*postpone*
mùa du lịch	*tourist season*
tuy... nhưng	*though, although*
đông khách	*fully booked (crowded with passengers)*
Việt Kiều	*overseas Vietnamese*
khắp nơi trên thế giới	*all over the world*
dịp	*opportunity, occasion, chance*
quê hương	*homeland*
họ hàng	*relatives*
kể ra	*in fact, as a matter of fact*
phải chăng	*reasonable*
dự đám cưới	*attend a wedding*
quay trở lại	*return to, come back to*
kể cả	*including*

BÀI TẬP VỀ NHÀ — HOMEWORK

1. Answer the following questions:

a) Lisa làm việc cho công ty nào ở Hà Nội?

b) Tại sao cô không đi Hà Nội từ tháng 12?

c) Cô phải hoãn chuyến đi mấy tháng?

d) Bây giờ có phải là mùa du lịch không?

e) Tại sao các hãng máy bay đều đông khách?

f) Cô mua vé của hãng hàng không nào?

g) Giá vé là bao nhiêu?

h) Cô định sẽ ở Hà Nội bao lâu?

i) Cuối tháng tám cô về Luân Đôn để làm gì?

j) Bao giờ cô định quay trở lại Việt Nam?

2. What should you say when...

i) you want to buy a shirt:

a) Tôi muốn mua cái áo kia.
b) Cái áo kia đắt quá.
c) Cái áo kia đẹp quá.

ii) you want to ask the price of a shirt:

a) Cái áo kia cỡ số mấy?
b) Cái áo kia giá bao nhiêu?
c) Cái áo kia giá 29 bảng.

iii) you want your friend to speak more slowly:

a) Xin anh nhắc lại.
b) Xin mời anh nói to hơn.
c) Xin anh nói chậm hơn.

iv) you still don't understand a sentence and you want your teacher to explain it again:

a) Xin lỗi, tôi vẫn chưa hiểu câu này, xin thầy giảng lại ạ.
b) Tôi nghĩ là tôi đã hiểu rồi, thầy không cần phải giảng nữa.
c) Xin lỗi, tôi vẫn chưa hiểu câu này, nhưng để về nhà tôi đọc lại ạ.

3. Copy exercises nos. 7, 8 and 10.

4. Translate the Reading Text into English.

Bài Mười Hai — Unit Twelve

Ở khách sạn
At the hotel

This unit tells you how to:

- *use expressions with **nào, nào... cũng** 'which, any, every'*
- *use the expression **vừa... vừa** 'both... and'*
- *use the expression **lại** 'again, once more, one more time'*
- *use the conditional expression **nếu** 'if'*
- *use **làm ơn** 'please'.*

HỘI THOẠI HÀNG NGÀY — EVERYDAY CONVERSATION

Tiếp viên:	Chào chị, chị cần gì ạ?
Lisa:	Chào anh, tôi muốn thuê một phòng, còn phòng nào trống không ạ?
Tiếp viên:	Còn chị ạ, chị muốn phòng đơn hay phòng đôi?
Lisa:	Tôi muốn thuê một phòng đơn ở tầng hai.
Tiếp viên:	Vâng, xin chị chờ một chút để tôi xem lại. Có đấy, phòng quay ra công viên, vừa đẹp vừa yên tĩnh.
Lisa:	Phòng có điện thoại không, anh?
Tiếp viên:	Có, phòng nào ở đây cũng có điện thoại và truyền hình vệ tinh.
Lisa:	Bao nhiêu một ngày ạ?
Tiếp viên:	30 đô la Mỹ, kể cả ăn sáng.
Lisa:	Có phòng nào rẻ hơn không?
Tiếp viên:	Tầng năm cũng còn một phòng đơn, giá 25 đô la một ngày. À, chị định ở đây bao lâu? Nếu chị ở hơn một tháng, chúng tôi sẽ giảm cho chị 5%.
Lisa:	Tôi chỉ ở tạm một hai tuần thôi, cho đến khi tìm được một căn hộ. Vì tôi sẽ ở đây hai năm cơ mà. À, khách sạn có thang máy không anh?
Tiếp viên:	Rất tiếc, chúng tôi chưa có thang máy.

Lisa: Vậy cho tôi thuê phòng ở tầng hai.

Tiếp viên: Vâng, chị làm ơn điền vào phiếu đăng ký này tên, quốc tịch, địa chỉ và số hộ chiếu.

TỪ VỰNG — VOCABULARY

thuê	rent, hire
trống	available, empty, vacant
phòng đơn/một	single room
phòng đôi	double room
tầng hai	first floor
công viên	(public) park
vừa... vừa...	both... and...
truyền hình vệ tinh	satellite TV
nếu	if
giảm giá	discount
tạm	temporary
cho đến khi	until
thang máy	lift, elevator
điền vào	fill in
phiếu đăng ký	registration form
địa chỉ	address
số hộ chiếu	passport number

LANGUAGE POINTS

• In Vietnam, the ground floor is known as the first floor.

1. Using the word <u>nào</u>

• Interrogative **nào?** — 'which?':

Nào is used in questions when a choice is to be made from a known set of things or people.

Chị thích ở *tầng nào*, tầng hai hay tầng năm?	Which floor would you like, the first or the fourth?
Cô ấy làm việc cho *công ty nào* ở Hà Nội?	Which company in Hanoi does she work for?

• **Nào** — 'any' is used in phrases of negation or questions.

Có phòng *nào* trống không ạ?	Is there a room available?
Có phòng *nào* rẻ hơn không?	Is there a room with a lower rate?

Có người *nào* ở đây không?   Is anybody here?
Không, không có người *nào* cả.   No, nobody at all.

- Expression **nào... cũng...** — 'any, every':

Phòng nào ở đây cũng có điện thoại.   Every room here has a telephone.
Hãng máy bay nào cũng đông khách.   Every airline is full.
ngày nào... cũng   every day
lúc nào... cũng, bao giờ cũng   always

2. Vừa... vừa... — 'both... and...'

The adverbial combination **vừa... vừa...** is used to indicate that two actions happen at the same time or two aspects exist simultaneously. Each of the verbs or the adjective denoting these is preceded by **vừa**.

Phòng này vừa đẹp vừa yên tĩnh.   This room is both nice and quiet.
Cô ấy vừa nấu cơm vừa nghe nhạc.   She is listening to the music while cooking.

3. Nếu, nếu... thì — 'if' conditional expression

Ngày mai nếu trời đẹp chúng ta sẽ đi cắm trại.   Tomorrow, if it's fine we shall go camping.
Nếu chị ở đây hơn một tháng thì chúng tôi sẽ giảm giá cho chị 5%.   If you stay here for more than a month, we will give you a 5% discount.
Nếu không mưa tôi sẽ đến thăm anh chiều nay.   I shall come to see you this afternoon if it's not raining.

4. Expressions with lại

- Lại — 'come' (verb)

Lại đây.   Come here.
Mai tôi sẽ lại anh chơi.   Tomorrow I shall visit you.

- Lại — 'again', 'once more' (adverb)

Tôi phải đọc lại bài báo này.   I have to read this article again.
Đứa trẻ lại khóc.   The child cries again.
Cô ấy lại dịch lại bài thơ đó.   She translated that poem once more.

• **Lại** — 'back to the place, condition':

Bây giờ ông ấy đã *lại người* **rồi.** Now he is well again.

(He has recovered from the illness)

5. Làm ơn — 'please,' 'do (someone) a favour'

Làm ơn (as well as **xin, xin mời**) is a polite word used when requesting someone to do something.

    Làm ơn can also combine with other words such as **hộ, giúp** or **giùm** for extra emphasis.

Chị *làm ơn* **đưa cho tôi mấy quyển sách kia.**	Please pass me those books.
Bà *làm ơn* **chuyển** *giúp* **tôi lọ muối.**	Pass me the salt, please.
Anh *làm ơn* **tắt** *hộ* **tôi cái đài.**	Please turn off the radio for me.
Cô *làm ơn* **nhắn** *giùm* **với Lan là tôi đã đến.**	Please tell Lan I came.

BÀI TẬP THỰC HÀNH—PRACTICE EXERCISES

1. Construct sentences following the pattern:

Tôi muốn thuê một phòng đơn *có điện thoại riêng.*	I would like to rent a single room with a private telephone.

a)   có buồng tắm riêng
b)   có máy điều hoà nhiệt độ
c)   có nước nóng
d)   quay mặt ra vườn/hồ/phố
e)   không có điện thoại và không có TV

máy điều hoà nhiệt độ, máy lạnh air-conditioner
quay mặt ra vườn facing/overlooking the garden

2. Ask your friend questions with nào 'any', following the pattern:

Có phòng *nào* **rẻ hơn không?**	Are there any rooms at a lower rate?

a) đắt
b) sang trọng (luxurious)
c) rộng
d) nhỏ
e) yên tĩnh

3. Ask your friend using <u>nào?</u> — 'which?', following the pattern:

tiếng Anh, tiếng Pháp — dễ	*English, French — easy*
Tiếng Anh và *tiếng Pháp*	Which one is easier, English or
tiếng nào *dễ* hởn?	French?
Theo tôi, tiếng Anh *dễ* hởn.	According to me, English is easier.

a) tiếng Nga, tiếng Việt — khó
b) mùa xuân, mùa thu — đẹp
c) nước Pháp, nước Mỹ — rộng
d) dân số Trung Quốc, dân số Thái Lan — cao
e) Scotland, Wales — xa

dân số population

4. Construct sentences as follows:

chạy trong công viên	*jogs in the park*
Ngày nào cô ấy cũng	She jogs in the park every day.
chạy trong công viên.	

a) đi làm đúng giờ
b) đi làm muộn
c) ăn trưa ở căng tin của cở quan
d) đến câu lạc bộ thẩm mỹ để luyện tập
e) đến thư viện sau giờ làm việc để đọc sách

5. Put <u>vừa... vừa</u> in the correct place in the following sentences, then translate:

phòng này — đẹp — yên tĩnh	this room — nice — quiet
Phòng này vừa đẹp vừa yên tĩnh.	This room is both nice and quiet.

a) Hiệu ăn này — ngon — rẻ
b) Bài này — ngắn — dễ
c) Anh ấy — học tiếng Thái — học tiếng Lào
d) Tôi thích — làm việc — nghe nhạc cổ điển
e) Bọn trẻ — học — chơi

hiệu ăn restaurant   *ngon delicious*   *nhạc cổ điển classical music*

6. Invite your friend to do something with you, following the pattern:

đến nhà tôi chơi — trời không mưa	come to my place — it is not raining
Mời chị đến nhà tôi chơi.	Please come to my place and have a chat.
Vâng, nếu trời không mưa tôi sẽ đến.	Yes, if it is not raining.

a) đi cắm trại — trời đẹp
b) đi dạo — trời không quá lạnh
c) đi xem phim — không bận
d) đi du lịch — có thời gian
e) đi tham quan thành phố — trời ấm

cắm trại camping

7. Refuse the invitation, following the pattern:

lại nhà tôi chơi — bận	come to my house — busy
Mời chị lại nhà tôi chơi chiều nay.	Please come to my house this afternoon.
Tiếc quá, chiều nay tôi bận, để dịp khác vậy.	Sorry, I am busy this afternoon, maybe another time.

a) đi thăm viện bảo tàng với chúng tôi — về muộn

b)   đi xem kịch với chúng tôi — phải thăm em gái
c)   đi ăn tối với chúng tôi — đến thăm một người bạn cùng làm việc
d)   đi nghe hoà nhạc với tôi — đang bị ốm
e)   đến dự liên hoan với lớp tôi — bận họp

viện bảo tàng museum   *đi nghe hoà nhạc go to a concert*
liên hoan party

8. Accept your friend's invitation following the pattern, using the phrases given in exercise no. 7:

Mời chị *đi xem phim với chúng tôi tối nay.*	Please come with us to the cinema tonight.
Ồ tuyệt quá, cám ơn chị, mấy giờ chúng mình đi?	It's wonderful, thank you very much, what time shall we go?

9. Translate the following sentences into English:

a)   Lại phải đợi à?
b)   Cậu lại xem lại vở kịch đó à?
c)   Tôi phải thăm lại phòng tranh đó.
d)   Chị làm ơn đọc lại câu đó hộ tôi.
e)   Đứng lại!

vở kịch play   *phòng tranh art gallery*   *đứng lại stop*

10. Create sentences with <u>làm ơn</u>, following the pattern:

mở hộ tôi cái cửa	open the door
Làm ơn *mở hộ tôi cái cửa.*	Open the door, please.

a)   đóng hộ tôi cái cửa sổ
b)   đưa cho tôi cái bút
c)   đưa giùm tôi cuốn sách này cho anh ấy.
d)   cho tôi một mẩu giấy
e)   đưa mẩu giấy này cho cô ta.

cửa sổ window   *mẩu giấy a piece of paper*

BÀI ĐỌC — READING TEXT 🎧

Lisa đã đến Hà Nội chiều hôm qua. Cô thuê tạm một phòng trong một khách sạn nhỏ gần trung tâm thành phố. Đây là một khách sạn đẹp và khá đầy đủ tiện nghi. Phòng nào ở đây cũng có điện thoại và truyền hình vệ tinh. Buồng tắm nào cũng có nước nóng. Nghe nói sang năm khách sạn sẽ lắp thang máy. Phòng của Lisa quay ra công viên nên rất yên tĩnh, cô rất thích căn phòng này. Tuy nhiên Lisa vẫn muốn tìm thuê một căn hộ nhỏ nơi có cả bếp để cô có thể tự nấu ăn lấy.

Tối hôm qua Lisa đã gọi điện cho Lan báo tin là cô đã tới Hà Nội. Lan là người Việt Nam duy nhất mà cô quen biết. Cô gặp Lan cách đây hai năm ở Luân Đôn. Hồi đó Lan sang Luân Đôn nghiên cứu thêm về dịch tễ học ở trường Tổng hợp Luân Đôn.

TỪ VỰNG — VOCABULARY 🎧

khá	*rather*
đầy đủ tiện nghi	*fully equipped*
lắp	*install*
tuy nhiên	*however*
bếp	*kitchen*
tự nấu ăn lấy	*to cook by oneself*
duy nhất	*only*
quen biết	*acquaintance*
hồi đó	*at that time*
thêm	*more*
dịch tễ học	*epidemiology*

BÀI TẬP VỀ NHÀ — HOMEWORK

1. Answer the following questions based on the Reading Text:

a) Ai đã đến Hà Nội chiều hôm qua?
b) Cô thuê phòng trong một khách sạn như thế nào?
c) Phòng nào ở đó cũng có gì?
d) Buồng tắm nào ở đó cũng có nước nóng phải không?
e) Phòng của Lisa như thế nào?
f) Lisa có thích căn phòng đó không?
g) Tại sao cô vẫn thích tìm thuê một căn hộ khác?
h) Tối hôm qua cô gọi điện cho ai?
i) Lisa gặp Lan bao giờ?
j) Lan sang Luân Đôn nghiên cứu thêm về vấn đề gì?

2. What should you say when...

i) you want to rent a single room in a hotel?

a)   Tôi muốn thuê một phòng đơn.
b)   Tôi muốn thuê một phòng đôi.
c)   Tôi muốn một phòng có điện thoại riêng

ii) you want to know if there is any room available?

a)   Bao nhiêu tiền một đêm?
b)   Còn phòng nào trống không ạ?
c)   Phòng có rộng không?

iii) you want to rent a room at a lower rate?

a)   Tôi muốn thuê một phòng sang trọng hơn.
b)   Tôi muốn thuê một phòng khác đắt hơn.
c)   Tôi muốn thuê một phòng khác rẻ hơn.

iv) you want your friend to pass you a pair of chopsticks?

a)   Làm ơn chuyển hộ tôi đôi đũa.
b)   Làm ơn đưa cho tôi cuốn sách.
c)   Làm ơn chuyển giúp tôi lọ muối.

3. Construct three sentences for each of the following words or phrases:

a)   nào
b)   vừa... vừa
c)   làm ơn
d)   nếu

4. Translate the Reading Text into English.

Hỏi đường
Asking for directions

This unit tells you how to:

- *ask for directions*
- *use chắc, chắc là, chắc chắn*
- *use the adverb có lẽ — perhaps*
- *use the final particle dâu — at all*
- *use the directional verbs ra, vào, lên, xuống...*

HỘI THOẠI HÀNG NGÀY — EVERYDAY CONVERSATION

Lisa: Xin lỗi, ông làm ơn chỉ giúp tôi đường đi đến ga Hà Nội.

NQĐ: Chị cứ đi thẳng, đến cuối phố này thì rẽ phải, nhà ga phía bên tay trái của chị.

Lisa: Chắc cũng không còn xa lắm?

NQĐ: Ồ không, chỉ khoảng ba bốn trăm mét thôi.

Lisa: Xin cám ơn ông.

NQĐ: Không dám.

Lisa: Xin lỗi, anh làm ơn cho tôi hỏi, từ đây đến Nhà hát Lớn bao xa?

NQĐ: Không xa lắm đâu, đi bộ chỉ mất 10 phút thôi.

Lisa: Thế ạ, đi thế nào anh làm ơn chỉ giúp tôi.

NQĐ: Chị cứ đi thẳng, đến ngã tư kia thì rẽ trái, nhà hát cách chỗ rẽ khoảng 200m.

Lisa: Cám ơn anh.

NQĐ: Không có gì.

Lisa: Chào chị, chị làm ơn cho tôi hỏi, bưu điện quốc tế ở đâu?

NQĐ: Bưu điện quốc tế cách đây khá xa và phải rẽ nhiều lần lắm, có lẽ chị nên đi xích lô thì hơn.

TỪ VỰNG — VOCABULARY 🎧

NQĐ — người qua đường	*passer-by*
chỉ	*show, point me to*
đường	*way, road*
đường đi đến	*the way to*
ga	*station*
ga xe lửa	*railway station*
đi thẳng	*go straight*
cuối phố	*the end of the street*
chắc	*perhaps*
Nhà hát Lớn	*City Opera House*
đi thế nào	*how to get there*
ngã tư	*crossroad, junction*
rẽ, quẹo	*turn*
trái	*left*
phải, tay mặt	*right*
Bưu điện Quốc tế	*International Post Office*
có lẽ	*perhaps, maybe*

LANGUAGE POINTS

1. Chắc

• **Chắc** — 'be sure, surely, probably' is used to indicate actions that are likely to take place.

• **Chắc chắn** — 'definitely'

Example:

Anh ta *chắc* **sẽ đến.**	He will surely come.
Mọi người *chắc* **đang chờ chúng ta.**	Everyone is probably waiting for us.
Anh ta *chắc chắn* **sẽ đến.**	He will definitely come.

• **Chắc, chắc là** — 'perhaps, maybe':

In interrogative and negative sentences **chắc, chắc là** are used to indicate the doubt of the speaker or that he or she may be guessing (i.e. the action may or may not happen).

Example:

Chắc **cũng không còn xa lắm?**	Perhaps it is not very far? (I hope so)

Chắc là anh ta không đến dâu.   Maybe he will not come. (I guess so)
Anh có *chắc* không?   Are you sure?
Tôi không *chắc* lắm.   I am not quite sure.

2. Có lẽ — 'perhaps', 'maybe' is used to show the hesitancy of the speaker.

Example:

Có lẽ anh ta không đến.   Perhaps he will not come.
Có lẽ chị nên đi xích lô thì   Perhaps, it would be better for you to
tốt hơn.   take a *xich lô*.

3. Đâu

•   **Đâu?** — 'where?', an interrogative pronoun we have already seen:

Example:

Thư viện ở *đâu*?   Where is the library?
Đại sứ quán Anh ở *đâu*?   Where is the British Embassy?

•   **Đâu** — 'at all':

Đâu as a final particle is used to emphasise a negation, particularly in persuasion.

Tôi có thấy gì *đâu*.   I didn't see anything at all.
Không xa lắm *đâu*.   It is not very far at all.
Tôi không thích món này *đâu*.   I don't like this dish at all.

4. Directional verbs

In Vietnamese there is a group of directional verbs that can play the role of a predicate directly or can combine with other verbs to indicate the direction of the action.

These verbs are:

ra go out	**về** return, come back, arrive
vào enter	**lại** come, come back, return
lên go up, get up	**đến** come, arrive
xuống go down	**tới** arrive, reach, run to
sang, qua cross, pass	

Example:

Tôi *lên* gác.
I go upstairs.
Tôi *về* nhà.
I come back home.
Tôi *đến* bưu điện.
I go to the post office.

Tôi *đi lên* gác.
I go upstairs.
Tôi *đi về* nhà.
I come back home.
Tôi *đi đến* bưu điện.
I go to the post office.

BÀI TẬP THỰC HÀNH — PRACTICE EXERCISES

1. Construct sentences, following the pattern:

ga Hà Nội
Ông làm ơn chỉ giúp tôi
đường đi đến *ga Hà Nội*.

Hanoi Railway Station
Would you mind showing me the
way to Hanoi Railway Station?

a)   Viện bảo tàng Mỹ thuật *(Museum of Fine Art)*
b)   thư viện Quốc gia *(National Library)*
c)   một khách sạn sang trọng
d)   một hiệu ăn bình dân *(popular restaurant)*
e)   bến ô tô gần nhất *(nearest bus stop)*

2. Create conversations with your friends following the pattern:

Nhà Hát Lớn — đi bộ — 10 phút
Từ đây đến *Nhà hát Lớn*
bao xa?
Không xa lắm đâu, *đi bộ*
chỉ mất *10 phút* thôi.

City Opera House — 10 minute's walk
How far is it from here to the City
Opera House?
It's not very far at all, only about
10 minute's walk.

a)   Thư viện Quốc gia — đi bộ — 5 phút
b)   Viện bảo tàng Lịch sử — đi xe đạp — 5 phút
c)   bến ô tô gần nhất — đi bộ — vài phút
d)   khách sạn Hoa sen — đi bộ — 10 phút gì đó
e)   trường Đại học Tổng hợp Hà Nội — đi bộ — 10 phút

3. Use the phrases provided to create a dialogue, following the pattern:

bến ô tô gần nhất	*nearest bus stop*
Anh làm ơn chỉ giúp tôi đường di đến *bến ô tô gần nhất*.	Would you mind showing me the way to the nearest bus stop.
Chị cứ di thẳng, đến ngã tư thì rẽ trái, *bến ô tô* cách chỗ rẽ khoảng 100m.	Just go straight, turn left at the crossroads, and the bus stop is about 100m from there.

a)   phòng bán vé máy bay quốc tế — ngã tư đầu tiên rẽ phải
b)   khách sạn Phong lan — đầu tiên rẽ trái, sau đó rẽ phải
c)   ngân hàng — đến bưu điện thì rẽ trái
d)   bệnh viện Bạch mai — đến cuối phố này
e)   Văn Miếu — đến cuối phố này, rẽ trái

phòng bán vé máy bay quốc tế international air ticket agency

4. Construct conversations with your friend following the pattern:

Viện bảo tàng Mỹ thuật	*the Museum of Fine Art*
Anh có chắc là đường này di đến *Viện bảo tàng Mỹ thuật* không?	Are you sure this is the way to the Museum of Fine Art?
Tôi cũng không chắc lắm, có lẽ ta phải hỏi đường thôi.	I'm not quite sure, perhaps we should ask.

a)   ngân hàng
b)   bưu điện
c)   khách sạn của chúng ta
d)   quán ăn bình dân đó
e)   bệnh viện Bạch mai

5. Construct conversations following the pattern:

mọi người có đợi chúng ta	*they are waiting for us*
Không biết *mọi người có đợi chúng ta* không?	I do not know whether they are waiting for us or not.
Chắc chắn họ đang đợi, chúng ta phải di nhanh lên.	Of course they are waiting, we must hurry up.

a) chúng ta có đến kịp không
b) cô ấy có gửi thư cho tôi không
c) khách sạn có bữa sáng không
d) chúng ta có gặp lại họ không
e) bưu điện có gần không

gửi thư send a letter   *gặp lại* meet again

6. Construct conversations following the pattern:

đi dự liên hoan —	*go to the party* —
làm bài tập về nhà	*do homework*
Cậu có *đi dự liên hoan* tối	Are you going to the party
nay không?	tonight?
Có lẽ không.	Perhaps not.
Tại sao?	Why?
Mình hơi bận, mình phải	I am a little bit busy, I have
làm bài tập về nhà.	to do my homework.
Để mai làm, mai chủ nhật mà!	Leave it till tomorrow, it is Sunday!

a) đi xem phim — đi thăm bạn
b) đến câu lạc bộ thể hình — viết thư cho bạn
c) đi dạo — dịch bài báo nhỏ này ra tiếng Việt
d) đi nghe hoà nhạc — lập bản kế hoạch làm việc cho tuần sau.
e) đi xem triển lãm tranh — học tiếng Việt

lập set up, plan   *kế hoạch làm việc timetable*   *triển lãm exhibition*

7. Fill in the blanks with the correct phrases, then translate:

a) ...... tôi mới đi làm về.   đến
b) Họ đi ...... viện bảo tàng Mỹ thuật.   Cha
c) Lisa ...... Việt Nam để làm việc.   lên
d) Mẹ tôi đi ...... chợ để mua thức ăn.   đi sang
e) Em tôi ...... tầng hai để học bài.   ra

đi làm về   come home from work   *mua buy   thức ăn food*

8. Fill in the blanks with tới, về, đến, lên, sang, then translate into English:

a) Tôi... thư viện lúc 11 giờ.
b) Ann... Canada để nghỉ đông.

c)   Chris… lớp học muộn 10 phút.
d)   Họ… tầng 5 để họp lớp.
e)   Bạn tôi… Tokyo để dự hội nghị về môi trường.

dự attend   *hội nghị* conference   *môi trường* environment

BÀI ĐỌC — READING TEXT

Lisa đến Hà Nội được mấy ngày rồi. Chiều nào cô cũng đi dạo quanh hồ Gươm, cô đã vào thăm đền Ngọc Sơn, một di tích lịch sử và văn hoá của Hà Nội. Phong cảnh ở đây thật là đẹp. Trời hơi lạnh như mùa xuân ở Luân Đôn khiến cho cô cảm thấy nhớ nhà vô cùng.

Lisa biết rằng ở Hà Nội có nhiều di tích lịch sử và văn hoá nổi tiếng như Văn Miếu, Chùa Một cột và nhiều danh lam thắng cảnh như Chùa Thầy, Chùa Tây Phương, Chùa Hương và nhiều nơi khác nữa. Cô định dần dần sẽ đi thăm tất cả những nơi đó.

Ngày mai là thứ bảy, vợ chồng Lan sẽ đưa Lisa đi dạo phố. Tối mai họ sẽ đến Nhà Hát Lớn để nghe hoà nhạc. Chủ nhật này nếu Lan thu xếp được thời gian thì họ sẽ lên Nghi Tàm để thăm vườn hoa Tết của Hà Nội.

TỪ VỰNG — VOCABULARY

hồ Gươm, hồ Hoàn Kiếm	Returned-Sword Lake
đền Ngọc Sơn	Ngoc Son Temple
di tích	vestige
văn hoá	culture
phong cảnh	landscape
khiến cho	make, cause
cảm thấy	feel
vô cùng	very, extremely
danh lam thắng cảnh	famous landmark
dần dần	by and by, little by little
dạo phố	strolling the street
vườn hoa Tết	Tet flower garden

BÀI TẬP VỀ NHÀ — HOMEWORK

1. Answer the following questios:

a)   Lisa đến Hà Nội được bao lâu rồi?
b)   Chiều nào cô cũng đi dạo ở đâu?

c)   Lisa đã thăm di tích lịch sử và văn hoá nào?

d)   Cái gì khiến cho cô cảm thấy nhớ nhà?

e)   Hà Nội còn có những nơi nổi tiếng nào nữa?

f)   Cô định dần dần sẽ làm gì?

g)   Ai sẽ đưa Lisa đi dạo phố ngày mai?

h)   Tối mai họ định làm gì?

i)   Họ nghe hoà nhạc ở đâu?

j)   Chủ nhật này họ định lên Nghi Tàm để làm gì?

2. What should you say when...

i) you want to ask the way to the post office?

a)   Bà làm ơn chỉ giúp tôi đường đi đến bưu điện.

b)   Bà làm ơn chỉ giúp tôi đường đi đến Đại sứ quán Anh.

c)   Bà làm ơn chỉ giúp tôi đường đi đến khách sạn Hoa Sen.

ii) you want to know where the Museum of Fine Arts is?

a)   Anh làm ơn cho tôi hỏi bưu điện ở đâu?

b)   Anh làm ơn cho tôi hỏi Viện bảo tàng Mỹ thuật ở đâu?

c)   Anh làm ơn cho tôi hỏi ga Hà Nội ở đâu?

iii) you are convinced that your friend will come?

a)   Có lẽ anh ta sẽ đến.

b)   Anh ta đến thì rất tốt.

c)   Chắc chắn anh ta sẽ đến.

iv) you want to tell your friend that you don't want to see a horror film?

a)   Tôi không thích xem phim kinh dị đâu.

b)   Tôi rất thích đi xem phim.

c)   Tôi không thích xem phim đâu.

3. Rewrite exercises no. 1, 2, 3 and 6.

4. Translate the Reading Text into English.

Ở bưu điện
At the post office

This unit tells you how to:

- *form the imperative with hãy, đi, hãy... đi*
- *use a selection of verbs requiring two objects*
- *use đã*
- *address an envelope*
- *greet and sign off when writing letters.*

HỘI THOẠI HÀNG NGÀY — EVERYDAY CONVERSATION 🎧

Nhân viên:	Chào chị, chị cần gì ạ?
Lisa:	Chào anh, tôi muốn gửi bức thư này đi Luân Đôn.
Nhân viên:	Chị đặt thư lên bàn cân đi. Chị gửi thư thường hay bảo đảm?
Lisa:	Thư thường anh ạ.
Nhân viên:	8,200 đồng tiền tem.
Lisa:	Vâng, anh bán cho tôi 5 cái phong bì và năm cái tem gửi trong nước nữa. Khoảng bao lâu thì gia đình tôi nhận được thư?
Nhân viên:	Thường khoảng từ 10 đến 12 ngày.
Lisa:	Cám ơn anh.
Khách hàng:	Chào cô, ở đây có dịch vụ gửi fax không?
Nhân viên:	Có đấy bác ạ, bác muốn gửi fax đi đâu?
Khách hàng:	Đi Luân Đôn, bao nhiêu tiền một trang?
Nhân viên:	Trang thứ nhất 50 ngàn, các trang sau 40 ngàn ạ.
Khách hàng:	Tôi chỉ gửi một trang này thôi, xin gửi tiền cô.
Nhân viên:	Bác cứ giữ lấy tiền, để cháu chuyển fax đã, nếu qua được cháu mới thu tiền ạ.

TỪ VỰNG — VOCABULARY 🎧

khách hàng	*customer*
nhân viên	*employee, staff*
gửi	*to send, to post*
chuyển (fax)	*send (a fax)*
đặt, để	*put*
cân	*scale*
thường	*normal*
(thư) bảo đảm	*registered (post)*
phong bì	*envelope*
tem	*stamp*
nữa	*as well*
nhận	*receive*
dịch vụ	*services*
trang	*page*
mới	*just, then*
thu tiền	*collect money*

LANGUAGE POINTS

1. More uses of <u>đi</u>

• **Đi** — 'to go':

Em tôi *đi* Brighton thứ bảy tuần trước.	My younger brother went to Brighton last Saturday.
Hàng ngày tôi thường *đi* làm lúc 8.30.	Every day I go to work at 8.30.

• **Đi, hãy** and **hãy... đi** are adverbs used to form an imperative or a request. **Hãy** is normally placed before the verb and **đi** is placed at the end of the sentence. The combination **hãy... đi** is used for increased emphasis or to express a stronger sense of urgency:

Chị <u>hãy</u> đặt thư lên bàn cân!	Please, put the letter on the scales!
Chị đặt thư lên bàn cân <u>đi</u>!	Put the letter on the scales!
Chị <u>hãy</u> nói <u>đi</u>!	Please, speak!

• **Đi** can combine with **mời** to indicate politeness:

<u>Mời</u> chị đặt thư lên bàn cân <u>đi</u>!	Please, put the letter on the scales!
<u>Mời</u> chị uống nước <u>đi</u>!	Have a drink please!

- **Đi** also works as a directional preposition:

Tôi muốn gửi thư này *đi* Luân Đôn.	I would like to send this letter to London.

2. Verbs requiring direct and indirect objects

gửi send	**cho** give	**mượn** borrow	**đưa** hand, give
bán sell	**tặng** give, offer	**trả** return	**chuyển** transfer

As in English, the position of these two objects can be shifted:

Tôi vừa gửi *một bức thư* cho *mẹ tôi* sáng nay.	I have just sent a letter to my mother this morning.
Tôi vừa gửi cho *mẹ tôi* một *bức thư* sáng nay.	I have just sent my mother a letter this morning.

3. Đã

- **Đã** as a tense marker:

Tôi *đã* gặp cô ấy cách đây hai năm.   I met her two years ago.

- **Đã** as an anterior:

Để cháu chuyển fax *đã*, nếu qua được cháu mới thu tiền.	*Lit.* Let me send the fax first, if it goes I shall collect money then.
Cho tôi xem *đã*. (nếu tốt tôi sẽ mua).	Let me see first. (if it is good I shall buy).
Thôi, nghỉ *đã*.	(That's) enough, have a rest (first)!

4. Writing letters in Vietnamese

- Addressing an envelope:

In Vietnam, the stamp is placed in the top right-hand corner as it is in Europe and the USA, and the name and address of the recipient are in the middle of the envelope.

The name and address of the sender may be written in the top left-hand corner of the envelope.

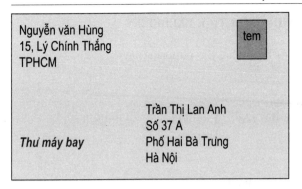

- Using salutation and closure:

There are several ways to greet and sign off when writing letters in Vietnamese, which depend on the relative position of the recipient. Below are the most commonly used forms for personal correspondence:

Receiver	Greeting	Sign-off
Your friends or people of about the same age as you	... thân mến, ... thân, Anh Nam *thân mến*, ... Nam *thân mến*, ... Bạn Hoa *thân mến*, ... Các bạn *thân mến*, ... Em Hà *thân*, ... *etc.*	Thân mến, ... Thân, ... *(before signature)*
Your parents, grandparents or anyone older than you	... kính mến, Bố mẹ kính mến, ... Bác Trung kính mến, ... Cô Vân kính mến, ... *etc.*	Kính thư, ... Kính, ... *(before signature)*

thân mến, thân *(greeting) dear*
thân mến, thân *(sign-off) yours truly; yours*
kính mến, kính *(greeting) dear and respectful*
kính thư, kính *(sign-off) yours sincerely; yours*

BÀI TẬP THỰC HÀNH—PRACTICE EXERCISES

1. Construct sentences following the pattern:

bức thư — Luân Đôn **Tôi muốn gửi bức thư này** **đi Luân Đôn.**	*letter — London* I would like to send this letter to London.

a) một bức điện khẩn — Pháp
b) tờ fax này — Thụy Sĩ
c) gọi điện — Mỹ
d) tấm bưu thiếp này — Canada
e) mấy cuốn sách này — Thái Lan

bức điện telegram   *gọi điện* make a phone call   *khẩn* urgent
bưu thiếp postcard

2. Construct sentences following the pattern in exercise 1:

a) gửi gói bưu phẩm này
b) chuyển tiền
c) gửi một bức thư bảo đảm
d) gửi bưu kiện này
e) gửi thư nhanh

bưu phẩm small parcel   *bưu kiện* large parcel
chuyển tiền transfer money   *thư nhanh* express letter

3. Answer the questions:

a) Chị gửi bức điện khẩn này đi đâu?
b) Anh muốn gửi fax đi nước nào?
c) Con đường này dẫn tới đâu?
d) Bà gửi tấm bưu thiếp này đi đâu, Hà Nội hay Bangkok?
e) Kế hoạch từ nay đến cuối tháng thế nào?

dẫn tới lead to   *kế hoạch* plan

4. Construct sentences following the pattern:

> *bán cho tôi — năm cái phong bì*   *sell me — five envelopes*
> **Anh ấy** *bán cho tôi năm cái*   He sells me five envelopes.
> *phong bì.*

a)   đưa cho bạn tôi — cuốn sách này
b)   mua một cái áo — em tôi
c)   cho bạn vay — 20 bảng
d)   viết thư — gia đình
e)   cho tôi — một cái bút

cho vay lend

5. Form a question from the italicised parts of the following sentences:

> **Tôi mượn thư viện** *ba cuốn sách.*   I borrowed three books from
>   the library.
> **Anh mượn thư viện** *cái gì?*   What did you borrow from
>   the library?

a)   Tôi gửi cho anh ấy *một bản sao của hợp đồng.*
b)   Cha mẹ của cô ấy đã tặng cho *họ* một căn hộ xinh xắn.
c)   Nhà trường đã thưởng cho *các học sinh giỏi* một chuyến đi tham
      quan thành phố.
d)   Mẹ tôi gửi cho tôi *một cái áo len màu đỏ.*
e)   Anh ấy cho *bạn* mượn ô tô để đi du lịch.

bản sao a copy   xinh xắn nice, pretty   thưởng reward
học sinh giỏi   advanced student   áo len pullover   màu đỏ red

6. Change the following sentences into the imperative by using <u>di</u>, <u>hãy</u> or <u>hãy... di</u>:

> *chị gửi gói bưu phẩm này*   *send this parcel*
> **Chị** *hãy* **gửi gói bưu phẩm này** *di.*   Send this parcel please!

a)   Chị đánh bức điện này.
b)   Anh gửi tấm bưu thiếp kia.
c)   Ông chuyển cái fax này ngay.

d)   Bà mua hoa quả.

e)   Làm bài tập.

dánh diện send a telegram hoa quả fruits

7. Fill in the blanks with di, mời or mời... di and then translate:

a)   ...... bạn vào nhà.

b)   ...... anh uống nước ......

c)   Chúng ta đi xem phim ......

d)   ...... bà mua táo ......

e)   Anh trả sách thư viện ......, quá hạn rồi đấy.

táo apple   trả sách return a book

8. Construct sentences following the pattern below, then translate:

làm bài tập — di xem	do your exercises — go to the cinema
Làm bài tập di dã rồi hãy di xem.	Do your exercises first then go to the cinema

a)   ăn cơm xong — đọc tiểu thuyết

b)   nghỉ một lát — làm tiếp

c)   dịch xong bài này — xem TV

d)   hoàn thành công việc — nghỉ Phục sinh

e)   làm xong việc — chơi cờ

*xong finish   hoàn thành complete   phục sinh Easter
chơi cờ play chess*

9. Address an envelope to your friends in Vietnam.

BÀI ĐỌC — READING TEXT 🎧

Một tấm bưu thiếp

**Năm ngoái Rosamond học cùng lớp tiếng Việt với chúng tôi. Bây giờ
cô ấy đang ở Việt Nam. Cô ấy dạy tiếng Anh cho trẻ em Việt Nam.
Thật bất ngờ, tuần trước chúng tôi nhận được một tấm bưu thiếp
của cô từ thành phố Hồ Chí Minh. Đây là tấm bưu thiếp ấy:**

TP Hồ Chí Minh ngày 27 tháng 2 năm 1996

Các bạn thân mến,

Bây giờ tôi đang ở Việt Nam, ở đây tôi vừa là giáo viên lại vừa là sinh viên. Có nghĩa là tôi vừa dạy tiếng Anh cho người Việt, vừa đi học tiếng Việt tại trường Đại học Tổng hợp thành phố Hồ Chí Minh. Công việc của tôi rất vất vả nhưng cũng rất vui. Tiếng Việt của tôi khá hơn trước rất nhiều. Tiếng Việt của các bạn thế nào rồi?

Hẹn gặp lại các bạn ở Luân Đôn, và chúng ta sẽ nói chuyện với nhau bằng tiếng Việt.

Thân mến

Rosamond

TỪ VỰNG — VOCABULARY

thân mến	*dear*
bất ngờ	*unexpectedly*
các bạn thân mến	*dear friends*
có nghĩa là	*it means that*
vất vả	*hard*
vui	*exciting*
khá hơn	*better*
hẹn gặp lại...	*see you...*

BÀI TẬP VỀ NHÀ — HOMEWORK

1. Answer the following questions:

a)   Ai học cùng lớp tiếng Việt với các bạn năm ngoái?

b)   Bây giờ cô ấy ở đâu?

c)   Cô ấy làm gì ở đó?

d)   Tuần trước các bạn nhận được cái gì?

e)   Cô ấy gửi cho các bạn tấm bưu thiếp đó từ thành phố nào?

f) Tại sao Rosamond nói "ở đây tôi vừa là giáo viên vừa là sinh viên"?

g) Công việc của Rosamond ở đó thế nào?

h) Tiếng Việt của Rosamond bây giờ thế nào?

i) Rosamond hẹn gặp lại các bạn ở đâu?

j) Các bạn và Rosamond sẽ nói chuyện với nhau bằng tiếng gì?

2. What should you say when...

i) you want to send a letter to London?

a) Tôi muốn gửi bức thư này đi Luân Đôn.

b) Tôi mới nhận được bức thư này từ Luân Đôn.

c) Tôi muốn gửi tấm bưu thiếp này đi Luân Đôn.

ii) you want to buy an envelope and a stamp?

a) Bao nhiêu tiền một cái phong bì và một cái tem?

b) Tôi muốn mua một cái phong bì và một cái tem.

c) Tôi muốn mua vài cái phong bì và vài cái tem.

iii) you want to know if they have a fax service or not?

a) Chị định gửi fax đi đâu?

b) Chị có nhận được fax của chị ấy không?

c) Ở đây có dịch vụ gửi fax không ạ?

iv) you want to tell your younger brother to finish his homework before playing football?

a) Làm xong bài tập về nhà đã rồi hãy đi đá bóng.

b) Làm bài tập về nhà đi!

c) Làm bài tập về nhà xong chưa?

3. Write a letter or a postcard to your friend.

4. Translate the Reading Text into English.

Bài Mười Lăm — Unit Fifteen

Gọi điện thoại
Making a phone call

> *This unit tells you how to:*
>
> * *make a phone call in different situations*
> * *use the expression* **vừa... xong**
> * *use the verb* **nhắn** *'to leave (a message for)'*
> * *use more directional verbs in the expression* **từ/ở.... ra/vào/về**
> *'come to... from'.*

HỘI THOẠI HÀNG NGÀY — EVERYDAY CONVERSATION

Chồng Hoa: A lô...

Lan: A lô, chào anh, anh làm ơn cho tôi nói chuyện với chị Hoa.

Chồng Hoa: Tiếc quá, nhà tôi vừa đi chợ xong. Chị có nhắn gì không ạ?

Lan: Ồ, không có gì quan trọng đâu, tôi gọi điện thăm Hoa và gia đình thôi. Tôi là Lan, tôi vừa mới ở thành phố Hồ Chí Minh ra. Tối nay tôi sẽ gọi lại.

Chồng Hoa: Dạ, cảm ơn chị.

Thường trực: A lô, nhà máy X. đây...

Khách: Chào chị, chị làm ơn cho tôi nói chuyện với ông Long.

Thường trực: Ông Long nào ạ? ông Long giám đốc hay ông Long kỹ sư?

Khách: Ông Long giám đốc nhà máy ạ.

Thường trực: Anh chờ một chút nhé, tôi nối máy cho anh đây... được rồi đấy, xin mời anh.

Khách: Cám ơn chị.

Tổng đài: A lô, Chỉ dẫn điện thoại đây...

Khách: Chào chị, chị làm ơn cho tôi biết muốn gọi điện thoại quốc tế trực tiếp thì làm thế nào ạ?

135

Tổng đài:	**Chị muốn gọi đi đâu?**
Khách:	**Luân Đôn ạ.**
Tổng đài:	**Chị quay 00 44 rồi quay số Luân Đôn. 00 là mã điện thoại quốc tế, 44 là mã vào Anh.**
Khách:	**Dạ, cảm ơn chị.**

TỪ VỰNG — VOCABULARY 🎧

gọi điện thoại	*making a phone call*
vừa	*just*
vừa mới	*just then, recently*
nhắn (lại)	*leave a message*
quan trọng	*important*
đợi (một chút)	*wait for (a moment/a minute)*
nối (máy)	*connect*
chỉ dẫn điện thoại	*directory enquiries*
trực tổng đài	*operator*
được rồi đấy	*you are through*
trực tiếp	*directly*
quốc tế	*international*
quay	*dial*
mã/ cốt	*code*

LANGUAGE POINTS

1. Some meanings of the word <u>nhà</u>

- **nhà** — 'house, home':

Nhà tôi **cách đây không xa lắm.** My house is not far from here.

- **Nhà tôi** in a special context can mean 'my wife' or 'my husband'. It is an expression usually used by the old or the middle-aged when referring to their spouse, in conversations with a third party:

Nhà tôi **vừa đi chợ xong.**	My wife has just left for the market.
Nhà tôi **là giáo viên.**	My husband is a teacher.

Nhà, when placed before a noun denoting a profession, refers to a person who works in that field:

nhà văn writer   **nhà khoa học** scientist

nhà báo journalist	**nhà sử học** historian
nhà thơ poet	**nhà chức trách** authorities

2. Xong — 'be complete', 'be finished'

- **vừa... xong** — 'has just done/finished something':

Nhà tôi *vừa* **đi chợ** *xong.*	My wife has just left for the market.
Tôi *vừa* **làm việc đó** *xong.*	I have just done that work.
Anh ấy *vừa* **ăn cơm** *xong.*	He has just finished eating his meal.

3. Từ/ ở... ra/vào — 'come to... from'

Chị Lan vừa *từ* **Hà Nội** *vào* **Huế.**	Lan has just come to Hue from Hanoi.
Tôi vừa *từ* **thành phố Hồ Chí Minh** *ra* **Hà Nội.**	I have just come to Hanoi from Ho Chi Minh City.

- **từ/ở... về** — 'come (back) from':

Em tôi vừa *từ* **nước ngoài** *về.*
My brother has just come back from abroad.

Note: Similar to the case in English when you say 'to go up north' and 'to go down south', Vietnamese people say **ra bắc** and **vào nam**.

- If from **Hà Nội** you go to the Southern provinces and cities, the word **vào** should be used:

Tuần tối tôi sẽ *vào* **Vinh hai ngày.**	Next week I'll go to Vinh for two days.

or:
Tuần tối tôi sẽ *đi vào* **Vinh hai ngày.**

- If from the Southern provinces or cities and you go to the North, the word **ra** should be used:

Từ thành phố Hồ Chí Minh họ đã *ra* **Huế bằng tàu hoả.**	From Hồ Chí Minh City they went to Hue by train.

or:
Từ thành phố HCM họ đã *đi ra* **Huế bằng tàu hoả.**

BÀI TẬP THỰC HÀNH—PRACTICE EXERCISES

1. Use _vừa... xong_ to create conversations, following the pattern:

Chị Lan — ra ngoài	_Lan — go out_
A lô. Làm ơn cho tôi nói chuyện với _chị Lan_.	Hello, could I speak to Ms. Lan, please.
Tiếc quá, chị Lan _vừa ra ngoài xong_, chị có nhắn gì không ạ?	I'm sorry, Ms. Lan has just gone out, would you like to leave a message?

a) ông Hoà — đi dạo
b) ông giám đốc nhà máy — về nhà
c) bà trưởng phòng tài vụ — đi ngân hàng
d) người quản lý khách sạn — đi học ngoại ngữ
e) trưởng phòng nhân sự — đi họp

phòng tài vụ _financial department_
phòng nhân sự, phòng tổ chức _personnel department_

2. Use the interrogatives provided to construct questions, as follows:

Ông ấy vừa sáng tác bản nhạc này xong. _(làm gì?)_	He has just composed this piece of music.
Ông ấy vừa _làm gì_ xong?	What has he just done?

a) Tôi vừa ăn cơm xong. _(ai?)_
b) Chị ấy vừa đến xong. _(bao giờ?)_
c) Chúng tôi vừa làm bài tập xong. _(làm gì?)_
d) Họ vừa học bài mười bốn xong. _(bài bao nhiêu?)_
e) Anh ấy vừa xem bộ phim này xong. _(phải không?)_

3. Leave a message for your friend as follows:

Chị làm ơn nói với chị Lan gọi lại cho tôi. Tôi là _Hoa, phóng viên báo Tuổi trẻ_. Số điện thoại của tôi là 123 4567.	Please tell Lan to ring me back. I am Hoa, a reporter from the Tuoi Tre newspaper. My telephone number is 123 4567.

a) luật sư của công ty tư vấn X.
b) bác sĩ ở bệnh viện Bạch Mai
c) sinh viên khoa kinh tế
d) thư ký của hãng A.
e) giáo viên tiếng Anh

4. Leave a message for your business partner as follows:

2 giờ chiều nay, giờ Luân Đôn	*2 o'clock this afternoon, London time*
Chị làm ơn nói với chị Lan đúng *2 giờ chiều nay, giờ Luân Đôn*, **tôi sẽ gọi lại. Tôi là John Brown ở Luân Đôn.**	Please, tell Lan I'll call her again this afternoon at exactly 2 o'clock, London time. I am John Brown, from London.

a) 10 giờ đêm nay, giờ Hà Nội
b) 6 giờ tối mai, giờ Hà Nội
c) 7 giờ sáng mai, giờ Luân Đôn
d) 12 giờ trưa mai, giờ New York
e) 8 giờ sáng mai, giờ Bangkok.

5. Create your own situational dialogues as follows:

Anh làm ơn cho tôi nói chuyện với chị Lan. *Xin đợi một chút*, **tôi nối máy cho chị đây... Được rồi đấy, xin mời chị.**	Could you let me speak to Ms Lan, please. A moment please, I'll connect you... You are through now.

a) Chị giữ máy nhé
b) Xin đợi cho một phút
c) Xin ông đợi cho một chút
d) .... để tôi xem anh ấy có ở đây không...
e) .... để tôi xem bà ấy đã đi họp về chưa...

giữ máy hold on

6. Create your own situational dialogues as follows:

chị Lan — anh nhầm số rồi	*Ms Lan — you've got the wrong number*
Anh làm ơn cho tôi nói chuyện với chị Lan.	Would you mind connecting me to Ms Lan, please.
Xin lỗi, *anh nhầm số rồi*, không có ai tên là Lan ở đây.	I am sorry, you've got the wrong number, there is nobody called Lan here.

a) ông Brown — Anh nhầm số rồi
b) chị Hà — chị ấy đang nghỉ phép, tuần sau mời anh gọi lại
c) ông Bảo — ông ấy đang họp, nửa tiếng nữa chị gọi lại
d) cô Hoa — không ai tên như thế ở đây
e) ông giám đốc — đường dây đang bận, vài phút nữa xin anh gọi lại

nhầm số wrong number   *đường dây* line

7. Create your own dialogues as follows:

A lô, chỉ dẫn điện thoại đây, chị cần gì ạ?	Hello, directory enquiries, can I help you?
Tôi muốn biết *mã vùng của tỉnh An Giang*.	I would like to know the area code for An Giang province.
Mã vùng của An Giang là 76.	The area code for An Giang is 76.

a) mã của UK (gọi từ Hà Nội) — 44
b) mã Canada (gọi từ Luân Đôn) — 001
c) mã của Việt Nam (gọi từ Luân Đôn) — 84
d) mã của Hà Nội (gọi từ Luân Đôn) — 84 4
e) mã của thành phố Hồ Chí Minh (gọi từ Luân Đôn) — 84 8

8. Create situational dialogues as follows, using the phrases provided:

Xin lỗi ông, gần đây có trạm điện thoại công cộng nào không?	Excuse me, is there a public telephone box near here?
Có, ở đằng kia, cách đây khoảng 100m.	Yes, over there, about 100m from here.

hoặc:	*or:*
Tôi e không có, nhưng bưu điện ở gần đây. Anh có thể gọi từ bưu điện.	I'm afraid not, but the post office is close by. You can call from there.
Cám ơn ông.	Thank you very much.

a) cuối đường này
b) rẽ trái, đi khoảng 50m nữa
c) ngay bên kia đường
d) dùng điện thoại di động của tôi
e) dùng máy trong nhà tôi

diện thoại di động mobile phone

9. Create situational dialogues as follows:

Nếu cần gấp, anh có thể *dùng điện thoại di động của tôi.*	If it's urgent, you can use my mobile phone.
Ồ may quá, cám ơn lòng tốt của ông, xin phép ông cho tôi dùng một phút thôi.	That's great. You're too kind, please allow me to use it for just a minute.
hoặc:	*or:*
Cám ơn ông, thực ra cũng chưa gấp lắm, tôi có thể đến bưu điện được.	Thank you very much, but it really is not so urgent, I can go to the post office.

a) dùng máy của tôi
b) dùng máy cầm tay của tôi
c) dùng máy trong phòng thường trực của chúng tôi
d) dùng máy của gia đình tôi
e) dùng máy trong văn phòng tôi

lòng tốt của ông/bà your kindness   xin phép allow
thực ra in fact, actually   diện thoại cầm tay hand phone
phòng thường trực a receptionist's room

10. Translate into Vietnamese:

a) a leader
b) a diplomat
c) a politician

d)   a businessman
e)   a photographer

11. Choose the correct phrases to fill in the blanks then translate:

a)   Chị Mai vừa… Huế ra.   Bao giờ
b)   Nếu không có gì thay đổi, … tôi sẽ bay vào Đà Nẵng.   bằng xe ca
c)   Từ Đà Nẵng tôi sẽ… vào thành phố Hồ Chí Minh.   ở
d)   … anh ra Hà Nội?   thứ hai tuần sau
e)   Cuối tháng này tôi bay ra Huế rồi ra Hà Nội…   đi tàu

thay đổi change   xe ca coach

BÀI ĐỌC — READING TEXT 🎧

Sắp tới Lisa sẽ vào thành phố Hồ Chí Minh công tác một tuần. Người thì khuyên cô nên đi bằng máy bay vừa nhanh vừa đỡ mệt, người thì khuyên nên đi bằng tàu hoả, vừa rẻ vừa được ngắm phong cảnh dọc đường. Thật khó quyết định quá.

Lisa gọi điện hỏi ý kiến Lan nhưng Lan lại đi vắng. Anh Sơn, chồng Lan, khi biết chuyện đã cười và bảo rằng anh ấy tưởng chuyện gì phức tạp chứ chuyện này thì anh ấy có thể gợi ý giúp cô được. Theo ý của anh ấy, Lisa nên bay vào thành phố Hồ Chí Minh, còn lúc ra Hà Nội thì nên đi bằng tàu hoả. Trên đường ra, nếu có thời gian thì nên dừng lại ở một số nơi nổi tiếng như Tháp Chàm, Nha Trang, Hội An, Đà Nẵng, Huế vv… Anh ấy khuyên Lisa nên đặt mua vé trước một vài tuần kẻo sắp đến mùa nghỉ khó mua vé đi lại. Anh ấy còn đưa số điện thoại của ga Hà Nội để Lisa gọi đến đặt vé nữa.

TỪ VỰNG — VOCABULARY 🎧

công tác	*on business*
quyết định	*decide*
phức tạp	*complicated*
tưởng	*think*
chứ	*certainly*
gợi ý	*suggest*
đặt mua vé trước	*book a ticket in advance*
kẻo	*if not, otherwise*
mùa nghỉ	*holiday season*

BÀI TẬP VỀ NHÀ — HOMEWORK

1. Answer the following questions:

a) Sắp tới Lisa sẽ đi công tác ở đâu?
b) Cô sẽ đi khoảng bao lâu?
c) Người ta khuyên cô nên đi bằng phương tiện gì?
d) Tại sao người ta khuyên cô nên đi bằng máy bay?
e) Tại sao người ta khuyên cô nên đi bằng tàu hoả?
f) Lisa đã quyết định đi bằng phương tiện gì chưa?
g) Lisa gọi điện hỏi ý kiến của ai?
h) Sơn khuyên Lisa nên đi vào thành phố Hồ Chí Minh bằng phương tiện gì?
i) Còn lúc ra Hà Nội thì cô nên đi bằng Phương tiện gì?
j) Tại sao Lisa nên đặt mua vé trước một vài tuần?

2. What should you say when...

i) you want to know which book your friend has just finished reading?

a) Cậu vừa đọc xong cuốn sách nào?
b) Cậu vừa mua cuốn sách nào?
c) Cậu vừa viết xong cuốn sách nào?

ii) You want to tell your friend that you are tired because you have just come back from work?

a) Mình mệt quá, mình vừa đi làm về.
b) Mình mệt quá, mình vừa ăn cơm xong.
c) Mình mệt quá, mình vừa đi chợ về.

iii) Someone has phoned for your older sister but she is not at home?

a) Tiếc quá chị em không có nhà.
b) Tiếc quá chị em không có nhà, chị có nhắn gì không ạ?
c) Chị ấy đi làm rồi.

iv) you want to ask a passer-by where the telephone box is?

a) Xin lỗi ông, bưu điện gần nhất ở đâu?
b) Xin lỗi ông, tôi có thể dùng máy điện thoại cầm tay của ông được không?
c) Xin lỗi ông, trạm điện thoại công cộng ở đâu?

3. Make a phone call to...

a)   have a chat with your friend.

b)   enquire about making an international call from Hanoi.

c)   invite your friend to the theatre/cinema (using **xem gì, ở dâu, bao giờ**).

4. Translate the Reading Text into English.

Bài Mười Sáu — Unit Sixteen

Mua sắm
Shopping

This unit tells you how to:

- *use the verbs lấy 'take', thử 'try'*
- *use the verb to wear in Vietnamese*
- *buy things in different situations*
- *use more classifiers.*

HỘI THOẠI HÀNG NGÀY — EVERYDAY CONVERSATION

Ở chợ — At the market

Người bán:	Mời cô mua hoa quả đi.
Người mua:	Bao nhiêu tiền một quả đu đủ ạ?
Người bán:	Cô lấy quả nào?
Người mua:	Quả kia, quả to nhất ấy.
Người bán:	Hai ngàn đồng, cô xem, đu đủ ngon lắm.
Người mua:	Một ngàn tám có được không?
Người bán:	Ngàn tám thì rẻ quá. Thôi được, tôi bán mở hàng cho cô vậy. Cô có mua gì nữa không?
Người mua:	Không ạ, cám ơn bà.

Trong cửa hàng bách hoá — At the department store

Người bán:	Chào anh, anh mua gì?
Khách hàng:	Chào chị, tôi muốn mua một đôi giày da.
Người bán:	Anh thích màu gì?
Khách hàng:	Có màu đen không ạ?
Người bán:	Tiếc quá, chúng tôi vừa bán hết màu đen rồi.
Khách hàng:	Thế còn màu nâu không chị?
Người bán:	Còn anh ạ, anh đi cỡ bao nhiêu?
Khách hàng:	Cỡ 42. Tôi đi thử có được không?
Người bán:	Ồ, được chứ, xin mời anh.

145

TỪ VỰNG — VOCABULARY 🎧

người bán (hàng)	*salesperson*
người mua, khách hàng	*buyer, customer*
ngon	*delicious, good, tasty*
bán mở hàng	*to make a first sale in the day*
một đôi giày da	*a pair of leather shoes*
đi giày	*to wear shoes*
đi thử giày	*try shoes on*
cỡ	*size*
màu sắc, màu	*colour*
màu đen	*black*
màu nâu	*brown*
màu trắng	*white*
màu xanh	*blue/green*
màu xanh da trời	*blue, sky-blue*
xanh nước biển	*navy-blue*
xanh lá cây	*green, leaf-green*
tím	*violet*
tím than	*navy*
vàng	*yellow*
đỏ	*red*

LANGUAGE POINTS

1. Lấy

* **lấy** — 'to buy':

Cô *lấy* quả đu đủ nào?	Which papaya do you want to buy?
Cô *mua* quả đu đủ nào?	

* **lấy** — 'get', 'take':

Hoa cho Hùng mấy cái kẹo nhưng Hùng không *lấy*.	Hoa offered Hung some sweets, but he didn't take (receive) them.
Anh tôi chưa *lấy* vợ.	My elder brother has not got married yet.

2. Bán mở hàng and mua mở hàng

In Vietnam, people believe that the first person to buy something from your shop in the morning is very important. That person in Vietnamese is called

người mua mở hàng. The whole day of trading, it is believed, will depend on the way this person makes their purchase. Normally, shopkeepers like a reasonable person who concludes his/her bargaining quickly.

3. The verb 'to wear' in Vietnamese

In Vietnamese, there are several verbs that can be translated as 'to wear' or 'to put... on' in English:

đi giày/mang giày	to wear shoes
đội mũ/nón	to wear a hat/a conical hat
mặc áo/áo mưa	to wear a shirt/raincoat
deo kính/nhẫn/hoa tai/đồng hồ	to wear glasses/ring/earrings/watch
bôi/xức nước hoa	to wear perfume

Đợi một chút, cậu bé còn đang *di giày*!	Wait, the boy is putting on his shoes!
Hôm nay Mai *mặc một cái áo dài* **màu tím.**	Today Mai is wearing a violet *ao dai*.

4. <u>Thử, nếm</u> — 'try'

Tôi đi *thử giày* **có được không?**	May I try these shoes on?
Tôi *mặc thử cái áo này* **được không?**	May I try this shirt on?
Chị *nếm món nem này* **xem, ngon lắm.**	Please try these spring rolls, they are very tasty.

5. Some more classifiers

- **quả/trái** — classifier for fruits:

<u>quả/trái</u> **cam**	an orange
<u>quả/trái</u> **chuối**	a banana
<u>quả/trái</u> **dưa hấu**	a watermelon

- **bông** — classifier for flowers:

<u>bông</u> **hồng**	a rose
<u>bông</u> **thược dược**	a dahlia
<u>bông</u> **sen**	a lotus

• **bộ** — a set of:

bộ **bàn ghế**	a set of a table and chairs
bộ **ấm chén**	a set of a tea-pot and cups
bộ **tứ bình**	a set of four paintings

BÀI TẬP THỰC HÀNH — PRACTICE EXERCISES

1. Construct sentences using the phrases provided, following the pattern:

một quả du đủ —	*a papaya —*
hai ngàn đồng	*two thousand đồng*
Bao nhiêu tiền *một quả du đủ?*	How much is a papaya?
Hai ngàn đồng.	Two thousand đồng.

a)   một cân cam — ngàn hai
b)   một cân dưa hấu — hai ngàn
c)   một quả dừa — một ngàn
d)   một quả dứa — tám trăm
e)   một quả đu đủ — năm trăm đồng

quả dưa melon	*quả táo* apple
quả dừa coconut	*quả lê* pear
quả dứa pineapple	*quả du đủ* papaya, papaw
quả xoài mango	*quả chôm chôm* rambutan
quả măng cụt mangosteen	*quả nhãn* longan
quả đào peach	*quả dâu tây* strawberry

2. You are at the florist, choose some flowers to buy:

Chị mua hoa gì ạ?	Which flowers would you like to buy?
Tôi muốn mua mấy *bông hoa hồng.*	I'd like to buy some roses.
Chị thích *hồng trắng* **hay** *hồng đỏ?*	Would you like the white or the red variety?
Tôi thích những bông *hồng đỏ* **kia.**	I'd like those red ones, please.

a)   một bó hoa cúc   trắng — vàng
b)   một chục lay ơn   đỏ — hồng — trắng

c)	mấy bông sen	trắng — hồng
d)	5 bông đồng tiền	vàng — đỏ
e)	một bó cẩm chướng	đỏ — hồng

hoa cúc chrysanthemum
hoa sen lotus
hoa cẩm chướng carnation
hoa lay ơn gladiolas
hoa loa kèn, (huệ tây) lily

hoa đào peach blossom
hoa đồng tiền gerbera
hoa mai apricot blossom
hoa tuy líp tulip

3. At the greengrocer's — ở cửa hàng rau:

Chào anh, mời anh mua rau đi.	Hello, can I help you?
Chào bà, tôi muốn mua *một cái súp lơ*, **hai cây xà lách**, *một mớ rau mùi* **và** *nửa cân cà rốt.*	Hello, I would like to buy a head of cauliflower, two lettuces, a bunch of coriander and a half kilo of carrots.

a) cà chua *(tomato)*
b) bắp cải *(cabbage)*
c) khoai tây *(potato)*
d) hành/hành tây *(spring onion/white onion)*
e) giá *(bean sprout)*

rau muống bindweed   *rau dền* amaranth
rau cần tây celery   *măng* bamboo shoot

4. At the butchers — ở cửa hàng thịt:

Chào cô, cô muốn mua gì?	Hello, what can I do for you?
Chào bà, tôi muốn mua *nửa con gà* **và** *nửa cân thịt lợn* **nạc ạ.**	Hello, I would like to buy half a chicken and a half kilo of lean pork, please.

a) thịt bò *(beef)*
b) thịt lợn *(pork)*
c) sườn *(ribs)*
d) hai khúc cá hồi/một con cá chép
e) hai con cua bể

cá fish   *cá thu* mackerel   *cá chép* carp   *cua* crab   *cua bể* sea crab

khúc slice, steak   trứng gà hen's egg   trứng vịt duck's egg
cá hồi salmon   thịt thăn fillet, tenderloin   thịt băm/xay mince meat
thịt ướp lạnh, thịt dông lạnh frozen meat   thịt tươi fresh meat
thịt đùi (bò/lợn) meat from the (beef/pork) leg

5. Using the phrases provided, ask questions then answer following the pattern:

> **Cô mua *cái áo nào?***   Which shirt would you like to buy?
> **Bà bán cho tôi cái áo kia,**   I'd like that one, the one with the
> ***cái in hoa to ấy.***   large floral prints.

a) cái áo — treo gần cửa sổ
b) một cái ô — màu đen.
c) cái xe đạp — màu xanh nước biển
d) vô tuyến — của hãng Sony
e) mũ — rộng vành

treo hang váy dress, skirt rộng vành large brim

6. Construct sentences, using the phrases provided following the pattern:

> **Tôi muốn mua một *cái váy dài.***   I'd like to buy a dress.
> **Chị thích *màu gì?***   What colour would you like?
> **Tôi thích *màu mận chín.***   I'd like red plum.
> **Chị mặc *cỡ số mấy?***   What size are you?
> **Tôi mặc *số 10.***   Size 10.

a) áo khoác len *(sweater)* — màu xám — 12
b) một cái quần bò *(jean)* — màu xanh da trời — 28
c) một cái áo mưa *(raincoat)* — màu đỏ — 14
d) một đôi giày — màu nâu — 37
e) một cái váy — màu đen — 16

7. Now you are at the souvenir shop, choose something to buy as follows:

Bức tranh sơn mài kia giá bao nhiêu, cô?	How much is that lacquer painting, Miss?
30 ngàn ạ.	30 thousand.
Thế còn *bức tranh khảm trai này?*	And what about this mother-of-pearl inlaid picture?
40 ngàn ạ.	40 thousand.

a) lọ hoa sơn mài — cái hộp đựng bút
b) cái tẩu bằng sừng — bộ tứ bình
c) bức tranh khảm trứng — bức tượng gỗ
d) cái khay khảm trai — bộ ấm chén
e) con voi bằng sừng — đàn trâu

lọ hoa vase	***sơn mài*** lacquer
hộp box	***tẩu (hút thuốc lá)*** (tobacco) pipe
sừng horn	***bức tượng gỗ*** wooden statue
khảm inlay	***khay*** tray
trai/xà cừ mother-of-pearl	***vỏ trứng*** egg-shell

8. At the embroidery shop — ở cửa hàng đồ thêu:

Tôi muốn mua mấy cái khăn lụa về làm quà, phiền ông chỉ giúp?	I would like to buy some silk scarves as a gift, would you mind helping me?
Xin mời cô, đây là khăn lụa in hoa, đây là khăn lụa vẽ tay, còn kia là khăn lụa thêu. Cô thích loại nào?	With pleasure, these are printed silk scarves, these are hand-painted ones, and over there are embroidered ones. Which ones would you like?
Ôi, đẹp quá, cho tôi xem loại kia, loại thêu tay ấy, tôi sẽ mua loại này, bao nhiêu một chiếc ạ?	Oh, they're beautiful, let me see those, the hand-embroidered ones, I will buy this type, how much is a scarf?

a) khăn trải bàn *(table-cloth/cover)*
b) khăn ăn bằng vải *(cotton table napkin)*
c) mấy cái khăn mùi xoa lụa *(handkerchief)*
d) áo dài
e) áo cộc tay bằng lụa *(short-sleeved silk shirt)*

trơn plain   *in (hoa) print*   *thêu embroidered*   *kẻ sọc stripe*
vẽ tay hand-drawn/printed

9. Make up shopping lists for the following situations:

a)   You have invited your friend(s) to have dinner with you, what should you buy?

b)   You are going to buy some souvenirs for your family and friends in London.

BÀI ĐỌC — READING TEXT 🎧

Lisa đã chuyển đến một căn hộ nhỏ ở gần cơ quan. Căn hộ này tuy nhỏ nhưng đầy đủ tiện nghi và có cả bếp nữa. Thỉnh thoảng, những khi không bận cô thích nấu ăn tại nhà.

    Lisa rất hay đi chợ, có khi chỉ để xem người ta mua bán thế nào thôi. Hoa quả ở đây thật là tươi ngon, cô rất thích chuối, xoài, cam và các loại hoa quả nhiệt đới khác. Có một điều thú vị là cô đã trở thành khách hàng quen của một bà bán hoa quả ở đầu chợ. Lisa đã học thêm được khá nhiều từ mới của bà bán hàng, những từ mà học qua sách vở thì khó mà hình dung nổi, chẳng hạn như: người mua mở hàng, chuối chín cây v.v... Còn tên các loại quả thì khỏi phải nói, Lisa biết rất nhiều, chỉ cần bà bán hàng nói một hai lần bằng tiếng Việt là cô nhớ liền.

    Đối diện với dãy hàng quả là dãy hàng hoa. Hoa đủ loại, đủ màu sắc và ngào ngạt hương thơm. Có điều đặc biệt là Lisa thấy người ta mua những gói hoa nho nhỏ, bọc bằng lá tươi và buộc lạt ở phía ngoài. Một đồng nghiệp của cô giải thích rằng người ta mua hoa gói để cúng, thường một tháng hai lần vào đầu tháng và giữa tháng âm lịch.

TỪ VỰNG — VOCABULARY 🎧

có khi	*sometimes*
hình dung	*imagine*
chẳng hạn như	*such as*
(chuối) chín cây	*(banana) ripe before picking*
khỏi phải nói	*it goes without saying, it needs no comment*
liền	*at once*
đối diện	*opposite*

dãy	*row*
ngào ngạt	*pervasive*
hương thơm	*fragrance, scent*
nho nhỏ	*smallish*
buộc bằng lạt	*tie with bamboo strings*
cúng	*worship*

BÀI TẬP VỀ NHÀ — HOMEWORK

1. Answer the following questions:

a) Căn hộ của Lisa ở gần cơ quan của cô có phải không?

b) Căn hộ đó thế nào?

c) Khi không bận Lisa thích ăn cơm ở đâu?

d) Tại sao Lisa hay đi chợ?

e) Lisa thích những quả gì?

f) Kể tên một vài loại hoa quả nhiệt đới mà bạn thích.

g) Lisa là khách hàng quen của ai?

h) Lisa đã học được những từ gì của bà bán hàng.

i) Dãy hàng hoa ở đâu?

j) Người ta mua hoa gói để làm gì?

2. What should you say when...

i) you want to buy 5 oranges?

a) 5 quả cam bao nhiêu tiền ạ?

b) Tôi muốn mua 5 quả cam.

c) Tôi thường ăn 5 quả cam một lúc.

ii) you want to buy some roses?

a) Tôi muốn mua mấy bông hồng.

b) Tôi muốn mua một bó hoa cẩm chướng.

c) Tôi rất thích hoa hồng.

iii) you want to ask your friend what the size of her shoes are?

a) Giày của bạn màu gì?

b) Bạn đi giày cỡ bao nhiêu?

c) Đôi giày của bạn giá bao nhiêu?

iv) you ask the shop assistant whether you can try on some jeans?

a)   Tôi muốn mua một cái quần bò.
b)   Tôi mặc thử có được không?
c)   Tôi mặc quần bò cỡ 30.

3. Copy exercise nos. 6, 8 and 9.

4. Translate the Reading Text into English.

Ở hiệu ăn
At the restaurant

> *This unit tells you how to:*
>
> - *order food and drink*
> - *use the polite words* **vị** *'you' and* **dùng** *'to have', 'to eat' or 'to drink'*
> - *use* **được** *'can', 'to be able to'*
> - *use* **trước** *and* **sau** *'first' and 'later'*
> - *use the expression* **động từ + gì cũng được** — *verb + 'anything will do'.*

HỘI THOẠI HÀNG NGÀY — EVERYDAY CONVERSATION

Sơn:	Chào anh, xếp cho chúng tôi một bàn ba người.
NPV:	Mời các vị theo tôi. Đây là thực đơn của nhà hàng chúng tôi. Các vị uống gì ạ?
Lan:	Lisa, cậu uống vang chứ?
Lisa:	Mình uống nước quả trước, nước cam hoặc nước xoài cũng được.
Sơn:	Mình uống bia, còn Lan?
Lan:	Em cũng uống nước cam trước.
Sơn:	Anh cho một bia và hai cốc nước cam.
Lan:	Lisa, cậu chọn món đi.
Lisa:	Lan chọn đi, mình biết ít lắm, nhưng mình thích món nem.
Lan:	Tất nhiên phải có nem rồi. Mình vẫn nhớ cậu thích món này. Thế cậu thích xúp gà hay xúp cua bể?
Lisa:	Xúp cua.
Lan:	Mình cũng thích xúp cua, còn anh Sơn thì thích xúp gà. Ta nên chọn món gì nữa nhỉ?
Sơn:	Lisa đã thử món thịt bò xào nấm chưa? gà xào sả ớt nữa, nhưng nếu Lisa không ăn cay được thì ta dùng món gà quay vậy. Lan đừng quên hiệu ăn này rất nổi tiếng về món cá hấp và canh cá chua đấy nhé.
Lisa:	Nghe hấp dẫn quá!

NPV: Các vị đã gọi món chưa ạ?
Lan: Anh cho chúng tôi 2 xúp cua, một xúp gà, nem rán cho 3
        người, một đĩa bò xào nấm, một con cá hấp, nửa con gà
        quay, một bát canh chua và cơm cho 3 người.
NPV: Còn món tráng miệng ạ.
Lan: Anh cho gọi sau nhé. Nhưng chắc chúng tôi chỉ ăn hoa quả thôi.

TỪ VỰNG — VOCABULARY

hiệu ăn, nhà hàng	*restaurant*
NPV-người phục vụ	*waiter, waitress*
các vị	*you (polite)*
thực đơn	*menu*
uống	*drink*
vang, rượu vang	*wine*
bia	*beer*
nước quả	*juice*
nem	*spring roll*
xúp cua bể	*sea crab soup*
bò xào nấm	*beef stir-fried with mushroom*
gà xào sả ớt	*chicken stir-fry with lemon grass and chili*
gà quay	*roast chicken*
quên	*forget*
cay	*hot, spicy*
nổi tiếng	*famous, well-known*
cá hấp	*steamed fish*
canh cá chua	*sour fish soup*
nghe hấp dẫn quá!	*it sounds good!; it sounds delicious!*
cơm	*steamed rice*
gọi (món ăn)	*order (dishes)*
(món) tráng miệng	*dessert*
(món) khai vị	*starter*

LANGUAGE POINTS

1. **Vị** — 'you', a polite word addressed to a person to convey a
respectful attitude

Ông ấy là một *vị* tướng tài.	He was a talented general.
Các *vị* uống gì ạ?	What would you like to drink?

At a meeting, a speaker may begin with:

Kính thưa *các quý vị*!	Ladies and gentlemen!
Kính thưa *các quý vị đại biểu*!	

2. Dùng — 'to eat', 'to drink', 'to have', 'to order' (depending on the context)

Dùng is a polite word that refers to eating and drinking.
Instead of saying:

Anh ăn món gì ạ?   (*Lit.* What dish would you like to eat?)

The Vietnamese say:

Anh dùng món gì ạ?   (*Lit.* What dish would you like to have?)

3. Trước

•   **trước** — 'before', 'in front', 'ahead':

Trước nhà tôi có một vườn hoa nhỏ.   There is a small flower garden in front of my house.

•   **trước** — 'first':

Tôi uống nước quả trước.   I would like to drink the juice first.
Sơn thích ăn nem trước.   Sơn would like to have the spring rolls first.

4. Sau

•   **sau** — 'behind', 'at the back of', 'after':

Sau nhà tôi có một vườn cây ăn quả.   At the back of my house there's a fruit garden.
Chúng tôi về ngay nhà sau buổi liên hoan.   We came back home straight away after the party.

•   **sau** — 'later':

Anh cho chúng tôi gọi sau nhé.   Let us order later.

•   **trước** and **sau** combination:

Chúng ta ăn nem trước, ăn cơm sau.   We should have the spring rolls first then rice later.
Họ ăn xúp trước, ăn khoai tây và thịt bò sau.   They have soup first, then potatoes and roast beef afterwards.

5. Được — 'can, 'to be able to', 'to be capable of'

Anh ấy nói tiếng Việt được.   He can speak Vietnamese.

Anh ấy *nói được* **tiếng Việt.**	He can speak Vietnamese.
Tôi *không* **ăn cay** *được.*	I cannot eat hot (spicy) things.
Anh có *lái xe được* **không?**	Can you drive?

6. Expression <u>động từ + gì/đâu cũng được</u> — verb + 'anything will do'

Chị thích đi bằng phương tiện gì, tàu điện ngầm hay xe buýt?	By what means would you like to go: underground or bus?
Tôi *di bằng phương tiện gì cũng được.*	Anything will do for me.
Tôi *uống* **nước quả trước, nước cam hay nước xoài** *gì cũng được.*	I would like to have a glass of juice first, either orange or mango juice will do.

BÀI TẬP THỰC HÀNH—PRACTICE EXERCISES

1. Order a drink as follows:

Chào các vị, các vị dùng gì ạ?	Hello, what would you like to order?
Cho chúng tôi *một tách cà phê đen và một cốc nước cam.*	Give us a cup of black coffee and a glass of orange juice, please.

a)   hai tách cà phê sữa.
b)   ba cốc nước chanh đá
c)   một cốc kem dừa và hai cốc kem dứa
d)   hai cốc sen dừa và một tách cà phê nâu
e)   hai cốc sữa tươi và một cốc sữa chua.

cà phê sữa, cà phê nâu coffee with milk   *sữa tươi* fresh milk
kem ice-cream   *sen dừa* coconut milk with lotus seeds   *sữa chua* yoghurt

2. Create short dialogues using the phrases provided, as follows:

Chào các anh, các anh dùng gì ạ?	Hello, what would you like to drink?
Cho xin *hai tách cà phê.*	Two coffees, please.
Các anh dùng *cà phê đen* **hay** *cà phê nâu?*	Would you like black or brown coffee (coffee with milk)?
Một đen, một nâu.	One black and one brown.

a)   ba cốc nước chè — đen hay xanh
b)   một cốc trà — trà Trung Quốc hay trà Anh
c)   một cốc chè — với đường hay không đường
d)   hai cốc nước quả — nước cam hay nước chanh
e)   hai ly kem — kem xoài hay kem dừa

trà, chè tea *đường* sugar *xanh* green *nước chanh* lemonade

3. Order some dishes:

Các anh chị gọi *món gì ạ?*	What would you like to order?
Cho chúng tôi *hai xúp gà*,	Two chicken soups, spring rolls
hai suất nem rán* và *hai đĩa	for two and two fried rice
***phở bò xào*.**	noodles with beef, please.

xúp lươn	*eel soup*
tôm tẩm bột rán/chiên	*fried prawn in batter*
tôm hùm	*lobster*
cá bỏ lò	*grilled fish*
cá rán/cá chiên	*fried fish*
cá hấp	*steamed fish*
sườn xào chua ngọt	*sweet and sour pork ribs*
gà luộc rắc lá chanh	*boiled chicken with lemon leaves*
bò xào nấm, hành tây	*stir-fried beef with mushroom and onion*
miến gà	*green-bean noodles soup with chicken*
phở bò/gà	*rice-noodle soup with beef/chicken*

4. Construct questions, then answer them using the phrases provided as follows:

Anh có *ăn cay được* không?	Can you eat hot (spicy) food?
***Được*, tôi *ăn cay được*.**	Yes, I can.

a)   uống rượu
b)   lái ô tô
c)   đi xe đạp
d)   chơi đá bóng
e)   nói tiếng Nhật

5. Construct questions then answer them in the negative as follows:

> **Anh ấy *có đến được không?***   Can he come?
> **Không, anh ấy *không đến được.***   No, he can't.

a)   dịch bài này
b)   mua được từ điển
c)   gặp được ông giám đốc
d)   ký được hợp đồng
e)   xách được cái va li đó

ký (hợp đồng) to sign (a contract)   *xách* to carry

6. Make up questions for the following sentences:

> **Đoạn này khó quá, tôi**   This passage is too difficult, I can't
> ***không thể dịch được.***   translate it.
> **Anh *có thể dịch được* đoạn**   Can you translate this passage?
> **này *không?***

a)   Xin lỗi, tối nay tôi bận nên tôi không đi xem phim với các anh
      được.
b)   Được, chúng tôi có thể hoàn thành được việc này trong bốn tuần.
c)   Tôi đến đó trước 6:30 được.
d)   Xin lỗi, chúng tôi không uống nước trà đặc được.
e)   Không, tôi không uống được bia.

hoàn thành complete   *trà đặc/loãng* strong/weak tea

7. Construct questions then answer using <u>trước</u> and <u>sau</u> following the pattern:

> *ăn cơm — đi dạo*   *have a meal — go for a walk*
> **Các bạn làm gì trước, *ăn***   What would you like to do first,
> ***cơm* hay *đi dạo?***   have a meal or go for a walk?
> **Chúng tôi ăn cơm trước,**   We'll have our meal first, then go
> **đi dạo sau.**   for a walk later.

a)   học bài — đi chơi

b)   đọc — dịch
c)   ăn sáng — tập thể dục
d)   đi dạo — đi ngủ
e)   thăm người yêu — làm vườn *(gardening)*

8. Use the structure <u>động từ + gì cũng được</u> — verb + 'anything will do' to answer the following questions:

Cậu *uống* nước cam hay nước xoài? Mình *uống gì cũng được.*	What would you like, orange or mango juice? Anything will do for me.

a)   Cậu ăn cá và khoai tây rán hay ăn pizza?
b)   Chị đi bằng tàu điện ngầm hay xe buýt?
c)   Anh ăn cơm hay ăn phở?
d)   Anh đi thăm viện bảo tàng hay đi nhà hát?
e)   Anh xem phim hay xem kịch?

cá và khoai tây rán fish and chips

9. Construct sentences following the pattern:

Nếu cậu không thích ăn cơm *thì ăn phở vậy.*	If you don't want to have rice then have *phở* instead.

a)   xem phim — xem xiếc
b)   ăn phở bò — ăn miến gà
c)   làm việc này — làm việc khác
d)   ở thành phố — về quê
e)   đi chơi với họ — đi chơi với chúng tôi

BÀI ĐỌC — READING TEXT 🎧

Lisa rất thích nấu ăn, cô đã mua một cuốn sách dạy nấu các món ăn Việt Nam để thực tập. Thức ăn Việt nam ngon nhưng mất nhiều thời gian chuẩn bị lắm nên Lisa chỉ làm thử một vài món đơn giản thôi. Chẳng hạn như mấy món rau xào với thịt bò, thịt lợn hoặc thịt gà rất đơn giản mà ngon. Cô làm món gỏi gà cũng rất khéo, mặc dù rất thích món nem rán nhưng cô chưa dám làm thử vì quá phức tạp.

Tuy nhiên chỉ khi nào không bận cô mới nấu cơm ở nhà, mà cũng chỉ nấu bữa tối thôi. Bữa trưa cô thường ăn cùng với các bạn ở các quán ăn bình dân hoặc ở một hiệu ăn gần cơ quan. Ở hiệu ăn đó có đủ các món ăn Á, Âu nên rất thuận tiện. Cô rất thích các món ăn Pháp do các đầu bếp Việt Nam nấu. Còn bữa sáng thì cô ăn ở các quán ăn gần nhà, hôm thì ăn phở, hôm thì ăn bánh cuốn, hôm thì ăn xôi với ruốc, đôi khi cô cũng ăn bánh mỳ kẹp giò chả v.v...

Cà phê Việt Nam rất thơm ngon, những lúc rỗi rãi Lisa thường cùng các bạn đi uống cà phê. Nhưng Lisa không quen uống trà Việt Nam, trà loãng thì không sao chứ trà đặc thường làm cô không ngủ được.

TỪ VỰNG — VOCABULARY 🎧

nấu ăn	*cooking*
đơn giản	*simple*
gỏi gà	*chicken salad*
khéo	*skilfully*
dám	*dare*
phức tạp	*complicated, complex*
quán	*stall*
món ăn Á, Âu	*Asian, European dishes*
bánh cuốn	*steamed stuffed pancakes*
xôi	*steamed glutinous rice*
ruốc	*dried lean pork*
bánh mỳ kẹp giò chả	*pork-luncheon sandwich*
kẹp	*sandwich*

BÀI TẬP VỀ NHÀ — HOMEWORK

1. Answer the following questions:

a) Tại sao Lisa mua một cuốn sách dạy nấu các món ăn Việt Nam?
b) Tại sao Lisa chỉ nấu thử một vài món đơn giản thôi?
c) Lisa đã nấu được những món gì?
d) Tại sao cô chưa dám làm thử món nem rán.
e) Hàng ngày cô thường nấu ăn ba bữa ở nhà phải không?
f) Khi nào cô mới nấu ăn ở nhà?
g) Bữa trưa cô thường ăn ở đâu?
h) Cô thích các món ăn Pháp do ai nấu?
i) Bữa sáng cô ăn món gì?
j) Lisa thích trà Việt Nam hay cà phê Việt Nam, vì sao?

2. What should you say when...

i) you want to know what your friends want to drink?

a)   Các cậu uống gì, cà phê, trà hay nước quả?
b)   Các cậu uống cà phê nhé.
c)   Các cậu uống nước cam à?

ii) you want to know if your friend can drive?

a)   Cậu lái xe nhé.
b)   Cậu có lái xe được không?
c)   Cậu có thích lái xe không?

iii) you want to tell your friends that you don't mind what you have for dinner?

a)   Mình đi đâu cũng được.
b)   Mình làm gì cũng được.
c)   Bánh mỳ hay cơm, mình ăn gì cũng được.

iv) you are hungry, you want to have a bowl of rice-noodle soup with beef but there isn't any left?

a)   Tôi rất thích phở bò.
b)   Nếu vậy tôi không ăn gì đâu.
c)   Cho tôi một bát phở gà vậy.

3. Make up three sentences for each of the following words or expressions:

a)   Dùng
b)   Động từ gì/đâu/nào cũng được
c)   Vậy

4. Translate the Reading Text into English.

Thăm gia đình bạn
Visiting a friend's house

This unit tells you how to:

- *use the polite expressions quý hoá quá and thưa*
- *used expressions with the word chơi*
- *use the verb có as an affirmative particle*
- *use a verb or verbal phrase as a subject*
- *use the exclamation trời ơi! 'heavens!'*
- *use some Vietnamese kinship terms.*

HỘI THOẠI HÀNG NGÀY — EVERYDAY CONVERSATION 🎧

Lisa:	Chào bác, thưa bác đây có phải là nhà anh Sơn chị Lan không ạ?
Bà Vân:	Dạ phải, chào cô, mời cô vào chơi, thật quý hoá quá! Lan ơi, con có khách.
Lisa:	Thưa bác, cháu tên là Lisa ạ.
Bà Vân:	Cô nói tiếng Việt giỏi quá, tôi có nghe Lan và Sơn nói chuyện về cô luôn. Mời cô ngồi chơi, thế cô đã quen với cuộc sống ở đây chưa?
Lisa:	Dạ thưa bác, cũng còn nhiều cái lạ, nhưng cháu thấy rất thú vị.
Long:	Cháu chào bà ạ, cháu chào...
Bà Vân:	Cháu đã về đấy à, cháu gọi cô Lisa là cô, cô Lisa là bạn của cô Lan nhà mình đấy. Giới thiệu với cô, đây là cháu Long, cháu là cháu ngoại của tôi, mẹ cháu là Hà, chị của Sơn. Bố mẹ cháu vào Nam thăm ông bà nội của cháu, nên mấy hôm nay cháu ở đây với chúng tôi.
Lisa:	Chào cháu. Năm nay cháu học lớp mấy?
Long:	Dạ, cháu học lớp năm ạ.
Bà Vân:	Cô uống nước đi, chắc Lan đang dở tay dưới bếp.
Lan:	Con xong rồi mẹ ạ. Chào Lisa, tìm nhà mình có khó không?

Lisa:	Chào Lan, tìm nhà cậu không khó vì mình đi theo sơ đồ cậu vẽ đấy.
Lan:	Cậu đến đây bằng gì?
Lisa:	Mình đi xe đạp.
Bà Vân:	Trời ơi, đường phố đông đúc như thế mà cháu đi xe đạp được à, phải cẩn thận đấy cháu ạ.
Lan:	Mẹ yên tâm, ở Luân Đôn Lisa vẫn thường đi xe đạp đấy.
Lisa:	Lúc đầu cháu cũng sợ lắm, nhưng đi thử một vài lần thấy cũng được bác ạ.
Bà Vân:	Hai chị em nói chuyện nhé, bác xuống bếp xem cơm nước thế nào.
Lan:	Mẹ cứ ngồi chơi với chúng con, con chuẩn bị xong hết rồi, chỉ đợi nhà con về là ăn cơm thôi.

TỪ VỰNG — VOCABULARY 🎧

quý hoá	*it's nice, it's good*
giỏi	*skilfully, fluently*
quen	*familiar, acquainted*
lạ	*unfamiliar*
phải	*that's right*
cháu ngoại	*maternal granddaughter, grandson*
bà ngoại	*maternal grandmother*
ông bà nội	*paternal grandparents*
sơ đồ	*sketch map*
dở (tay)	*be half way through*
trời ơi!	*heavens!, goodness!*
đông đúc	*busy, crowded, dense*
cẩn thận	*be careful*
sợ	*be afraid of*
yên tâm	*don't worry!, be calm!*
xuống bếp	*go to the kitchen*

LANGUAGE POINTS

1. **Quý hoá quá** is a polite expression used in situations when you receive help, support, a visit, etc. from others. Its translation varies according to the context:

Chị *đến thăm* thế này *thật quý hoá quá!* It's very nice of you to come to visit us!

Các anh *giúp* cho thế này *thật quý hoá quá*!   It's very kind of you
to help us like this!

2. <u>Thưa</u>: <u>Thưa ông</u> — 'Sir', <u>Thưa bà</u> — 'Ma'm'

Thưa is a polite word addressed to a person older than you. It can be
used both formally and informally.

***Thưa bác*, cháu tên là Lisa ạ.**   Ma'm, my name is Lisa.

3. How to address yourself

When visiting your friend's family you normally address your friend's
parents as '**các bác**' and call yourself '**cháu**'. They also call you '**cháu**'
and call themselves '**bác**' to show friendliness.
      In choosing the correct term to address other people in his/her
family, follow your friend's lead.

For example: Address your friend's grandfather as **ông**
                        Address your friend's grandmother as **bà**
                        Address your friend's uncle as **chú** or **bác**, etc...

In the following conversation, attention should be paid to Mrs Vân's way
of addressing Lisa and herself:

Lisa:	**Thưa bác, cháu tên là Lisa ạ.**
Bà Vân:	**Chào *cô*, mời *cô* vào chơi.** *(to a stranger)*
Bà Vân:	***Cháu* uống nước đi.** *(closer)*
Bà Vân:	***Bác* xuống bếp xem cơm nước thế nào.** *(closer)*

4. <u>Chơi</u> — 'play'

Bọn trẻ đang *chơi* ở ngoài sân chơi.   The children are playing in the
                        playground

When combined with some other verbs **chơi** forms a variety of special
meanings (or idioms) that are used in everyday Vietnamese:

đi chơi	go out, go for a walk
đến chơi, lại chơi	come to visit, come to see
vào chơi	come in (then we'll have a cup of tea, have a chat)
ngồi chơi	take a seat (then we'll have a chat)

5. Some more about the verb <u>có</u>

- **có** — 'to be':

Trong phòng có năm cái bàn.   There are five tables in the room.

- **có** — 'to have':

Ông bà Vân *có* hai người con.   Mr and Mrs Vân have two children.

- **có** — affirmative particle. This is used in a statement to emphasise that an action has really happened or that it does in fact exist:

Tôi *có* nghe Lan và Sơn nói chuyện về cô luôn.   I did hear Lan and Son talking about you frequently.

Tôi *có* gặp anh ấy ở Hà Nội tháng trước.   I did meet him in Hanoi last month.

Ngày mai thư viện *có* mở cửa.   Tomorrow the library will be open.

Proverb: **Có chí thì nên.**
If one has the will, one will make one's way in life
Where there's a will, there's a way.

6. Using a verb or verbal phrase as a subject

Verb/Verb Phrase	có	adj/adv	không?	
Tìm nhà mình To find my house	**có** is	**khó** hard?	**không?**	Is it hard to find my house?
Dịch bài này To translate this lesson	**có** was	**dễ** easy?	**không?**	Was it easy to translate this lesson?

7. <u>Trời</u> — 'sky, heaven, air'
           — 'weather'

Trời quang mây tạnh.   The sky is cloudless and clear.

Hôm nay *trời* đẹp.	It is nice today.

* **trời!, trời ơi!** — exclamation, equivalent to 'heavens!', 'oh God!':

Trời ơi, đẹp quá!	Heavens, it's so beautiful!
Trời ơi, đắt quá!	Heavens, it's so expensive!
Trời ơi, đau quá!	Heavens, it's so painful!

BÀI TẬP THỰC HÀNH — PRACTICE EXERCISES

1. Make up sentences with quý hoá quá as follows:

đến chơi	*come to visit*
Cô *đến chơi* thế này thật quý hoá quá.	It's so nice of you to come to visit us (like this).

a) giúp đỡ tôi
b) cho chúng tôi mượn sách
c) giúp ông ấy nhiệt tình
d) đến bệnh viện thăm họ
e) hướng dẫn chúng tôi nhiệt tình (wholeheartedly)

2. Use thưa... and dạ phải to create conversations as follows:

nhà anh Sơn chị Lan	*Sơn and Lan's house*
Thưa bác, đây có phải là *nhà anh Sơn chị Lan* không ạ? Dạ, phải.	Is this Sơn and Lan's house, Ma'm? Yes, that's right.

a) đường đến ga Hà Nội
b) viện bảo tàng Mỹ thuật
c) bệnh viện Bạch Mai
d) phố Quang Trung
e) đường đến trường Tổng hợp Hà Nội

3. Translate into English:

a) Anh ấy có học tiếng Pháp một thời gian.
b) Chúng tôi có đến nhưng không gặp người nào.

c)   Họ có đến thăm viện bảo tàng Mỹ thuật ở Hà Nội.

d)   Trước đây tôi có viết bài cho tạp chí ấy.

e)   David có đọc cuốn tiểu thuyết ấy.

4. Construct questions then answer as follows:

---

tìm nhà mình — khó

Tìm nhà mình có khó không?

Không, tìm nhà cậu không khó lắm.

to find my home — hard

Was it hard to find my home?

No, finding your home was not very hard (at all).

---

a)   làm việc này—lâu

b)   đọc bài này—nhanh

c)   dịch cuốn tiểu thuyết đó—vất vả

d)   nấu món ăn Việt—dễ

e)   hát dân ca Việt Nam—khó

dân ca folk song

5. Construct questions then answer as in exercise 4:

a)   học tiếng Việt—dễ

b)   phát âm tiếng Việt—khó

c)   sử dụng chương trình máy tính tiếng Việt—phức tạp

d)   học đánh máy tiếng Việt—nhanh

e)   đi du lịch Việt Nam—thú vị

chương trình (máy tính) tiếng Việt Vietnamese programme/software

6. Create exclamations as follows:

Trời ơi, **phong cảnh đẹp *quá*!**

Heavens (wow!), the scenery is so beautiful!

---

a)   cháu học giỏi

b)   anh dịch nhanh

c)   mùa thu rực rỡ *(splendid, brilliant)*

d)   hôm nay lạnh

e)   chị nói tiếng Việt giỏi

7. Construct sentences as follows:

> *đi làm bằng xe buýt —*   *go to work by bus —*
> *đi làm bằng ô tô*   *go to work by car*
> **Trước đây** tôi thường đi làm In the past, I used to go to work by
> bằng xe buýt, **còn bây** giờ bus, but now I usually go to work
> tôi thường đi làm bằng ô tô. by car.

a)   xe đạp — tàu điện ngầm
b)   ăn phở ở phố Bà Triệu — ăn phở ở phố Lò Đúc
c)   ăn tối ở quán — nấu ở nhà
d)   đi làm muộn — đi làm đúng giờ
e)   quên không làm bài tập — làm hết bài tập về nhà.

8. Look at the two family trees of Mr and Mrs Vân and Mr and Mrs Toàn, and try to work out the relationship between them by filling in the missing parts of the following sentences:

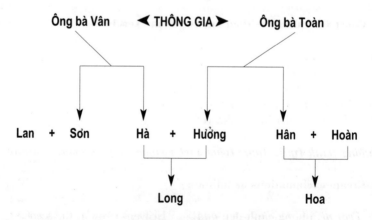

(You may refer to the reading text while doing this exercise.)

a)   Lan là .... của ông bà Vân.
b)   Ông bà Vân là .... của Long.
c)   .... là ông bà nội của Long.
d)   Hà là .... của ông bà Vân và là con dâu của ông bà
      ....
e)   Long gọi .... là cậu và gọi Lan là ....

BÀI ĐỌC — READING TEXT

Ông bà Vân có hai người con, một gái, một trai, con gái tên là Hà, con trai tên là Sơn. Cả Hà và Sơn đều đã lập gia đình. Chồng của Hà tên là Hưởng. Hà và Hưởng có một con trai tên là Long. Vợ chồng Sơn Lan, như các bạn đã biết, chưa có con.

Hưởng là con rể của ông bà Vân, là anh rể của Sơn và Lan. Ông bà Vân là bố mẹ vợ của Hưởng, và là bố mẹ chồng của Lan. Ông bà Vân là ông bà ngoại của Long.

Lan là con dâu của ông bà Vân là em dâu của Hà và Hưởng.

Long là cháu ngoại của ông bà Vân. Long gọi Sơn là cậu và gọi Lan là mợ. Sơn và Lan gọi Long là cháu.

Ông bà Vân và ông bà Toàn là thông gia với nhau.

Ông bà Toàn có hai con trai là Hưởng và Hân. Cả Hưởng và Hân đều đã có gia đình. Vợ của Hưởng tên là Hà, còn vợ của Hân tên là Hoàn.

Hà và Hoàn là con dâu của ông bà Toàn, và là hai chị em dâu. Hưởng và Hà có một con trai tên là Long, như các bạn đã biết. Hân và Hoàn có một con gái tên là Hoa.

Long và Hoa là cháu nội của ông bà Toàn và là hai anh em họ. Ông bà Toàn là ông bà nội của Long và Hoa, là bố mẹ chồng của Hà và Hoàn.

Long gọi Hân là chú và gọi Hoàn là thím. Hân và Hoàn gọi Long là cháu.

Hoa cũng là cháu nội của ông bà Toàn. Hoa gọi Hưởng là bác trai, gọi Hà là bác gái.

TỪ VỰNG — VOCABULARY 🎧

con rể, anh rể	*son-in-law, brother-in-law*
con dâu	*daughter-in-law*
chị em dâu	*sisters-in-law*
bố mẹ vợ	*parents-in-law, wife's parents*
bố mẹ chồng	*parents-in-law, husband's parents*
thông gia	*related by marriage*
cháu nội	*paternal grandson*
ông bà ngoại	*maternal grandparents*
họ nội	*husband's blood relations*
họ ngoại	*wife's blood relations*
anh chị em họ	*cousins*
chú, bác (trai)	*uncle*
thím, mợ, bác gái	*aunt*

| *cháu trai* | *nephew* |
| *cháu gái* | *niece* |

Note: In the Central and Southern parts of Vietnam, one's mother's sisters (both older and younger) are addressed as '**dì**', and one's mother's brothers are addressed as '**cậu**'. In the North, one's mother's older brothers and sisters are addressed as '**bác**', while her younger sisters are addressed as '**dì**' and younger brothers as '**cậu**'.

BÀI TẬP VỀ NHÀ — HOMEWORK

1. Answer the following questions:

a)   Gia đình ông bà Vân có bao nhiêu người?
b)   Ông bà Vân có mấy cháu?
c)   Lan có quan hệ thế nào với ông bà Vân và với Hà, Hưởng?
d)   Hưởng có quan hệ thế nào với ông bà Vân và với Sơn và Lan?
e)   Long gọi ông bà Vân là gì?
f)   Gia đình ông bà Vân và gia đình ông bà Toàn có quan hệ thế nào với nhau?
g)   Gia đình ông bà Toàn có bao nhiêu người?
h)   Ông bà Toàn có mấy cháu?
i)   Hà và Hoàn có quan hệ thế nào với ông bà Toàn và có quan hệ thế nào với nhau?
j)   Long và Hoa gọi ông bà Toàn là gì? và có quan hệ thế nào với nhau?

2. What should you say when...

i) after a long time of not seeing each other, your friend now comes to visit you?

a)   Cậu đến thăm mình thế này thật quý hoá quá.
b)   Chào cậu, mình vẫn khoẻ.
c)   Công việc dạo này thế nào?

ii) you want to introduce yourself to your friend's parents?

a)   Thưa bác, bác có khoẻ không?
b)   Thưa bác, cháu tên là Mai ạ.
c)   Thưa bác, bạn Hoa có nhà không ạ?

iii) you want to tell your friend that you did meet Hùng in the library yesterday?

a) Hôm qua tôi và Hùng mượn rất nhiều sách của thư viện.
b) Hôm qua Hùng đọc sách trong thư viện
c) Hôm qua tôi có gặp Hùng trong thư viện.

iv) you want to tell your friends that in the past, you used to get up very late?

a) Trước đây tôi thường dậy rất muộn.
b) Trước đây tôi thường đi học muộn.
c) Trước đây tôi thường đọc sách rất muộn.

3. Copy exercises nos. 3, 4, 5 and 7.

4. Say something about your family tree.

Đi khám bệnh
Going to the doctor

This unit tells you how to:

- *use the expressions* **bị đau, bị ốm, bị bệnh** *'to suffer from pain, illness, disease'*
- *deal with some common terms for illness in Vietnamese*
- *use the structures* **nhớ + động từ** *'to remember to do something'*
- *construct questions with attributive phrases*
- *use the expression* **lâu lắm rồi** *'for a long time'.*

HỘI THOẠI HÀNG NGÀY — EVERYDAY CONVERSATION

Bác sĩ:	Chào ông, mời ông ngồi, ông bị làm sao ạ?
Bệnh nhân:	Thưa bác sĩ tôi bị đau đầu và sổ mũi, khó chịu lắm ạ.
Bác sĩ:	Ông bị như thế từ bao giờ?
Bệnh nhân:	Thưa bác sĩ, từ chiều hôm qua, có lẽ sau lúc tôi bị mắc mưa.
Bác sĩ:	Ồ, trận mưa hôm qua thật là khủng khiếp, lâu lắm rồi mới có một trận mưa to như thế đấy ông nhỉ? Ông có bị đau họng không?
Bệnh nhân:	Dạ, chỉ hơi đau thôi ạ.
Bác sĩ:	Ông có bị sốt không?
Bệnh nhân:	Dạ, tôi không cặp nhiệt độ ạ.
Bác sĩ:	Ồ không sao, bây giờ tôi sẽ lấy nhiệt độ của ông, đừng lo lắng quá thế, chắc ông bị cảm lạnh đấy thôi. Xin ông há miệng ra để tôi kiểm tra họng của ông... Được rồi, tôi sẽ kê đơn cho ông ngay đây, ông sang cửa hàng thuốc bên kia đường để mua thuốc. Nhớ uống thuốc đủ liều theo đúng chỉ dẫn, sau ba ngày nếu thấy không đỡ thì đến đây khám lại nhé.
Bệnh nhân:	Một ngày tôi phải uống mấy lần ạ?
Bác sĩ:	Ba lần sau bữa ăn.
Bệnh nhân:	Xin cám ơn bác sĩ.
Bác sĩ:	Không dám, chào ông.

TỪ VỰNG — VOCABULARY 🎧

khám bệnh	*examine, go to the doctor*
ông bị làm sao	*what's the problem?/what's the matter?*
bị	*be, suffer (from something)*
đau đầu	*headache*
sổ mũi	*have a runny nose*
khó chịu	*uncomfortable, uneasy*
mắc mưa	*caught by the rain*
khủng khiếp	*terrible, awful*
đau họng, viêm họng	*sore throat*
họng	*throat*
sốt	*fever, high temperature*
lấy nhiệt độ, cặp nhiệt độ	*take (a patient's) temperature*
lo lắng	*worry*
cảm lạnh	*cold*
há miệng	*open one's mouth*
kê đơn	*make/write out a prescription*
cửa hàng dược	*chemist's, pharmacy*
mua thuốc	*buy medicine*
uống thuốc	*take medicine*
liều	*dose*
chỉ dẫn	*instruction, direction*
đỡ	*relieve, lessen, soothe*
lần	*time*
sau bữa ăn	*after a meal*

LANGUAGE POINTS

1. <u>Đi khám bệnh</u> — 'to go for a medical examination', 'to go to the doctor'

2. <u>Bị</u> — 'to be', 'to suffer'

• Expressions with **bị đau/bị viêm** — 'to suffer pain/ inflammation':

bị đau/bị viêm + các bộ phận của cơ thể

— *bị đau/bị viêm* + part of the body

bị đau	*bụng*	stomach-ache	**bị đau**	*phổi*	lung trouble
	lưng	backache	**bị viêm**	*gan*	liver inflammation
	đầu	headache		*họng*	sore throat

Example:

Tôi *bị đau đầu.*	I have a headache
Ông có *bị đau họng không?*	Do you feel pain in your throat?

• If a part of your body has been painful for a long time or suffered a chronic problem, then the word **bệnh** should be put before the word **đau**:

Mấy năm gần đây cô ấy bị *bệnh đau tim.*	She has suffered from a heart problem in recent years.
Ông tôi bị *bệnh đau lưng.*	My grandfather has backache.

3. <u>Lâu lắm rồi</u> — 'for a long time', 'for ages'

Lâu lắm rồi is used to express a period of time in the past when the action or state referred to took place:

Lâu lắm rồi mới có một trận mưa to như thế.	It hasn't rained like that for a long time.
Lâu lắm rồi chúng ta không gặp nhau!	We haven't seen each other for ages!

4. Structure: <u>nhớ + động từ</u> — 'remember' + verb

Nhớ uống thuốc đủ liều, theo đúng chỉ dẫn.	Remember to take the right dose according to the instructions.
Nhớ làm bài tập về nhà thường xuyên.	Remember to do your homework regularly.

5. Attributive phrases

The interrogative pronoun **nào** 'which' is used to ask for this kind of attributive phrase:

Ông sang cửa hàng thuốc *bên kia đường* để mua thuốc nhé.	Please go to the chemist's over on the other side of the road to buy the medicines.
Cửa hàng thuốc *nào?*	Which chemist's?
Cửa hàng thuốc *bên kia đường.*	The one on the other side.

BÀI TẬP THỰC HÀNH—PRACTICE EXERCISES

1. Construct sentences as follows:

Chào ông, ông bị làm sao?	Hello, what is the matter?
Thưa bác sĩ, tôi bị *đau đầu và sổ mũi*.	Sir, I've got a headache and runny nose.

a)   chóng mặt, hoa mắt — *dizzy*

b)   cảm lạnh — *cold*

c)   cúm — *flu*

d)   dị ứng — *allergy*

e)   ho dữ dội — *terrible (severe) cough*

f)   đau tay/đau chân — *I've got a pain in my arm/my leg*

g)   đi thấy đau — *it hurts me to walk*

h)   đau bụng/đau dạ dày — *stomach-ache*

i)   phát ban — *rash*

j)   nuốt (thấy đau) — *(it hurts me) to swallow*

2. Suppose you are a doctor, make a diagnosis of your friend's ailments as follows:

đau các khớp xương — *viêm khớp* — *kê đơn*	*pain in joints* — *arthritis — make out a prescription*
Chào bà, bà bị đau ở đâu?	Hello, where have you got a pain?
Thưa bác sĩ, tôi bị *đau các khớp xương*, đau lắm ạ.	I've got pain in my joints, terribly painful.
Bà bị (bệnh) *viêm khớp* đấy, tôi sẽ *kê đơn* cho bà.	You suffer from arthritis, I'll make out a prescription for you.

a)   ho liên tục — viêm phổi — kê đơn

b)   đau bụng quằn quại — viêm ruột thừa — mổ

c)   đau tai và sốt — viêm tai — khám

d)   đau chân — gãy xương — bó bột

e)   đau bụng đi ngoài — ngộ độc thức ăn — kê đơn

liên tục continuously   *quằn quại agonizing*   *mổ operate*
đau tai ear-ache   *viêm ruột thừa suffer from appendicitis*

gãy xương broken one's bone *bó bột* make a cast
di ngoài diarrhoea *ngộ độc thức ăn* food poisoning

3. Construct sentences as follows:

> **Ông ấy bị bệnh gì?**   What disease has he got?
> **Ông ấy bị bệnh đau khớp.**   He suffers from arthritis.

a)   đau đầu
b)   đau lưng
c)   mất ngủ *(insomnia)*
d)   huyết áp cao/thấp *(high/low blood pressure)*
e)   đau dạ dày

4. Create conversations using the phrases provided below:

a)   Bà cảm thấy thế nào?   Tôi cảm thấy mệt mỏi.
b)   Trông cháu có vẻ xanh lắm, cháu có ăn được không?
       Cháu không muốn ăn.
c)   Ông có vẻ sốt, ông có cặp nhiệt độ không?
       Không ạ, thưa bác sĩ.
d)   Chị đã tiêm chủng chưa?   Chưa ạ, có cần thiết không?
e)   Anh đã tiêm phòng uốn ván chưa?
       Tôi vừa tiêm xong.
f)   Anh có bị mất nhiều máu không?
       Cũng khá nhiều, tôi chóng mặt quá.
g)   Ông nhà đã bình phục chưa?
       Cám ơn, nhà tôi đã bình phục rồi.
h)   Chúc chị mau lành bệnh   Cám ơn anh.

cảm thấy to feel   *xanh* pale   *mất nhiều máu* loss of much blood
mệt mỏi tired, dull   *không muốn ăn* lost appetite
tiêm chủng vaccinate   *tiêm phòng uốn ván* tetanus vaccination
bình phục recover *(from an illness)*
mau lành bệnh, chóng khỏi get well soon

5. Create conversations following the pattern:

Ở PHÒNG CHỮA RĂNG — AT THE DENTIST'S

Tôi bị *đau răng* khủng khiếp, không ăn, không ngủ được.	I have a terrible toothache, I couldn't eat or sleep.
Xin anh há miệng to ra để tôi khám cho. *Cái răng này* làm anh đau đây, tôi e rằng *phải nhổ thôi.*	Open your mouth wide, let me have a look. This tooth is your problem. I'm afraid it'll have to come out.
Có đau lắm không ạ?	Will it hurt much?
Không đau đâu. Tôi sẽ tiêm thuốc giảm đau cho anh.	Certainly not. I'll give you an anaesthetic.

a) cái này bị sâu đây — phải nhổ thôi
b) cái răng này chưa sâu lắm — chỉ phải hàn thôi
c) chỗ hàn ở cái răng này bị bong ra — phải hàn lại thôi
d) cái răng giả này không vừa — phải làm hàm răng giả mới
e) lợi của ông bị viêm — phải bôi thuốc

(răng) sâu cavity   nhổ pull out, come out   hàn, trám fill
bong ra fall out   vừa fit răng giả (hàm giả) false tooth (denture)
viêm lợi gumboil, inflammation of the gum
bôi thuốc, xức thuốc apply medicine

6. Construct sentences following the pattern:

Nhớ uống thuốc theo đúng liều chỉ dẫn.	Remember to take the correct dose according to the instructions.
Một ngày tôi phải uống mấy lần?	How many times a day shall I take the medicine?
Ba lần sau bữa ăn.	Three times a day after meals

a) hai lần, mỗi lần hai viên
b) ba lần, mỗi lần hai thìa cà phê
c) một lần hai viên trước khi ngủ
d) cứ hai ngày một viên
e) cứ bốn tiếng đồng hồ uống một viên

viên tablet, pill   *thìa cà phê* teaspoon
cứ bốn tiếng đồng hồ every four hours

7. Translate the following sentences into English:

a)   Nhớ đánh thức tôi dậy lúc 7:30 sáng mai nhé.
b)   Nhớ làm hết bài tập về nhà.
c)   Nhớ đến cơ quan đúng giờ.
d)   Nhớ đóng cửa, tắt đèn trước khi về.
e)   Nhớ tập thể dục đều đặn.

đánh thức wake someone up   *tắt đèn* turn off the light

8. Answer the following sentences:

Tôi phải mua thuốc ở hiệu thuốc nào ạ?	At which chemist's should I buy the medicine from?
Hiệu thuốc đối diện với bệnh viện.	The one opposite the hospital.

a)   Hiệu phở nào ngon? — phố Lò Đúc
b)   Tôi nên đến hiệu làm đầu nào để làm đầu? — cuối phố
c)   Chúng ta sẽ ăn tối ở quán ăn nào? — quán đặc sản phố Huế
d)   Bệnh viện nào chuyên trị về ung thư ở Việt Nam? — bệnh viện K.
e)   Cuốn từ điển nào tốt và mới nhất bây giờ? — cuốn của viện Ngôn
                                                          ngữ học

hiệu làm đầu hairdresser   *chuyên trị* special treatment
viện Ngôn ngữ học institute of linguistics   *đặc sản* specialty

9. Construct sentences, then translate them into English:

Lâu lắm rồi mới *có một trận mưa như thế.*	It hasn't rained like that for a long time.

a)   anh ấy — nhận được thư của gia đình
b)   họ — về thăm quê
c)   tôi — thăm gia đình bên nội
d)   bà ấy — gặp con trai
e)   có một bộ phim — hay

10. Translate into Vietnamese:

Paracetamol
Tablets
For headache, rheumatic, period pains and colds.

Dose: Adults and children over 12 — one to two tablets at every four hours, up to four times daily. If symptoms persist for more than three days consult your doctor.

period pains đau bụng hành kinh   symptoms triệu chứng
persist dai dẳng, liên tục   consult hỏi ý kiến (đến khám lại)

BÀI ĐỌC — READING TEXT

Chữa bệnh ở Việt Nam

Đến Việt Nam du lịch hoặc công tác, nếu bạn bị mắc các bệnh thông thường như cảm, cúm, đau bụng vì lạ thức ăn v.v. thì bạn có thể mua thuốc ở các cửa hàng thuốc lớn. Ở đó có đầy đủ các thứ thuốc bạn cần.

Nếu bạn mắc các bệnh khác phức tạp hơn thì nên vào bệnh viện. Ở bệnh viện có các bác sĩ và các phương tiện để chẩn đoán bệnh kịp thời cho bạn. Hà Nội, thành phố Hồ Chí Minh và các thành phố lớn khác đều có bệnh viện riêng cho người nước ngoài, nhưng nếu trong trường hợp cấp cứu thì bạn có thể vào bất cứ bệnh viện nào và nên đến bệnh viện gần nhất.

Cùng với việc chữa bệnh theo phương pháp mới, người Việt Nam còn chữa bệnh theo cách truyền thống, người ta gọi là phương pháp Đông y. Những người mắc các bệnh mạn tính như bệnh đau khớp, đau đầu, chàm, v.v thì thường hay dùng thuốc Nam, thuốc Bắc hoặc châm cứu. Cách chữa này có tính chất lâu dài và mất nhiều thời gian hơn cách chữa Tây y.

Ở Việt Nam người ta đã tiến hành mổ những ca rất phức tạp như mổ gan, mổ ghép tim, mổ tách trẻ sinh đôi dính nhau v.v nhưng nói chung cơ sở vật chất của ngành y tế vẫn còn nghèo nàn, máy móc hiện đại hỗ trợ cho việc chữa bệnh vẫn còn rất hiếm. Vì vậy người ta động viên nhân dân ăn ở lành mạnh, hợp vệ sinh để 'phòng bệnh hơn chữa bệnh'.

TỪ VỰNG — VOCABULARY 🎧

chữa bệnh	*treatment, cure*
thông thường	*common*
phức tạp	*complicated*
phương tiện	*means, equipment*
kịp thời	*in time*
cấp cứu	*emergency*
phương pháp mới	*new method*
phương pháp truyền thống	*traditional method*
Đông y	*Oriental medicine, traditional medicine*
chàm	*eczema*
thuốc Nam	*Vietnamese medicine*
thuốc Bắc	*Chinese medicine*
châm cứu	*acupuncture*
tiến hành	*carry out*
ca	*case*
ghép, cấy	*graft, transplant*
mổ ghép tim, mổ thay tim	*heart transplant operation*
tách	*separate*
trẻ sinh đôi dính nhau	*conjoined twin*
cơ sở vật chất	*material base*
hỗ trợ	*help, support*
hiếm	*rare*
động viên	*encourage*
lành mạnh	*healthy*
vệ sinh	*hygiene*
phòng bệnh	*disease prevention*

BÀI TẬP VỀ NHÀ — HOMEWORK

1. Answer the following questions:

a) Nếu bị mắc các bệnh thông thường ở Việt Nam thì bạn có thể mua thuốc ở đâu?

b) Bạn nên làm gì nếu bị mắc các bệnh phức tạp hơn?

c) Bệnh viện riêng cho người nước ngoài có ở đâu?

d) Trong trường hợp cấp cứu thì bạn nên làm thế nào?

e) Phương pháp Đông y là gì?

f) Những người bị bệnh gì thường chữa bệnh theo phương pháp này?

g) Cách chữa này có nhanh không?

h) Cơ sở vật chất của ngành y tế ở Việt Nam như thế nào?

i)   Người ta vận động nhân dân ăn ở như thế nào?

j)   Người ta vận động nhân dân ăn ở lành mạnh, hợp vệ sinh để làm gì?

2. What should you say when...

i) you want to tell your doctor that you've got a headache?

a)   Thưa bác sĩ tôi bị đau đầu ạ.

b)   Thưa bác sĩ tôi bị đau lưng.

c)   Thưa bác sĩ tôi bị cảm lạnh ạ.

ii) you want to ask your patient where he/she's got a pain?

a)   Ông bị đau lắm phải không?

b)   Ông bị đau ở đâu?

c)   Ông có bị sốt không?

iii) you want your patient to take the medicine according to the instructions?

a)   Nhớ uống thuốc ngay.

b)   Nhớ uống thuốc sau bữa ăn.

c)   Nhớ uống thuốc theo đúng chỉ dẫn.

iv) you haven't seen your friend for a long time, now you meet him/her in the street?

a)   Lâu lắm rồi chúng ta mới gặp nhau, cậu có khoẻ không?

b)   Lâu lắm rồi chúng tôi mới gặp anh ấy.

c)   Lâu lắm rồi họ mới gặp nhau.

3. Copy up exercises nos. 2, 3, 4, 6 and 10.

4. Write something about your last visit to the doctor.

5. Translate the Reading Text into English.

Đi dạo phố
Walking in the street

This unit tells you how to:

- *use the words được and bị in the passive*
- *use có thể 'can', 'to be able to'*
- *use the combined adverb mỗi… một 'each', 'every'*
- *use a preposition that indicates a material or substance bằng 'of'.*

HỘI THOẠI HÀNG NGÀY — EVERYDAY CONVERSATION 🎧

Sơn, Lan and Lisa are walking in the old streets of Hanoi

Sơn: Đây là phố Hàng Bạc, chúng ta đang ở giữa khu phố cổ của Hà Nội.

Lisa: Ồ, có phải đây là khu 36 phố phường không?

Sơn: Đúng thế đấy. Có thể nói đây là khu vực cổ nhất của Hà Nội.

Lisa: Hình như Hà Nội được thành lập từ thế kỷ thứ 11?

Lan: Vâng, Hà Nội được chọn làm thủ đô từ thế kỷ thứ 11. Lúc đó nó được gọi là Thăng Long.

Lisa: Cảnh buôn bán ở đây thật nhộn nhịp!

Lan: Ngày xưa, mỗi phố sản xuất và buôn bán một thứ hàng, nên tên phố hình thành từ đấy. Phố Hàng Bạc này nguyên là nơi sản xuất và bán các đồ làm bằng bạc và các đồ trang sức. Phố Hàng Bồ bên kia nguyên là nơi bán bồ.

Lisa: Các phố bây giờ có còn bán các thứ hàng như tên gọi không?

Lan: Chỉ vài phố thôi. Phố Hàng Thiếc vẫn còn bán đồ thiếc. Phố Hàng Cân nay bán đồ chơi trẻ em. Hàng Đào bán đủ các thứ hàng, nhưng nhiều nhất là quần áo may sẵn.

TỪ VỰNG — VOCABULARY 🎧

ở giữa	*in the middle of, in the centre of*
khu, khu vực	*area, zone, district*

184

khu phố cổ	*old area*
khu 36 phố phường	*36 old streets area*
có thể	*can, probably*
được thành lập	*be established, be set up, be found*
được chọn	*be chosen, be selected*
được gọi	*be called*
nhộn nhịp	*bustling, busy*
ngày xưa	*in the past, a long time ago*
mỗi	*each*
hàng	*goods, wares*
phố Hàng Bạc	*Silversmith Street*
phố Hàng Bồ	*Basketweavers' Street*
phố Hàng Cân	*Street of Scale*
phố Hàng Thiếc	*Tin Street*
phố Hàng Đào	*Silk Street*
nguyên (là)	*originally (be)*
đồ trang sức	*jewel*
đồ chơi trẻ em	*children's toys*
đủ các thứ	*all kinds of, all sorts of*
quần áo may sẵn	*ready-made clothes*

LANGUAGE POINTS

1. Được and bị

• **được** and **bị** — the passive:

Được and **bị** are used to form the passive voice in Vietnamese, equivalent to the verb 'to be' in English.

   Được suggests fortunate or happy results or consequences while **bị** suggests unfortunate or unhappy results:

Chị ấy *được tặng* một bó hoa đẹp.	She was given a beautiful bunch of flowers.
Hà Nội *được thành lập* từ thế kỷ thứ 11.	Hanoi was founded in the 11th century.
Anh ấy *bị phạt* vì lái xe quá tốc độ.	He was fined for speeding.
Học sinh lười *bị* thầy giáo *phạt*.	Lazy students were punished by the teacher.

However, sometimes **được** and **bị** can also be used as an independent or auxilary verb to express the active voice as shown in Units **17** and **19**.

- **được** — 'to win', 'to get', 'to obtain':

Kết quả là tôi *được hai ván*, thua một ván.	The result is that I won two games, lost one.
Hôm qua tôi (nhận) *được* tin của gia đình.	I got the news from my family yesterday.

- **được** — 'can', 'to be able to', 'to be capable of':

Anh ấy *nói được* tiếng Anh và tiếng Pháp.	He can speak English and French.

- **bị** — 'to suffer', 'to undergo':

Ông ấy *bị* bệnh đau lưng.	He suffers from backache.
Tôi *bị* nhỡ tàu.	I missed the train.

2. Có thể, có thể... được — 'can', 'to be able to':

Tôi *có thể hoàn thành* việc này trong hai ngày.	I can finish this work within two days.
Anh ấy *có thể nói được* tiếng Anh và tiếng Pháp.	He can speak English and French.

3. Mỗi — 'each', 'every'
mỗi... một — 'each'

***Mỗi* vé 5 bảng.**	£5 for each ticket.
***Mỗi* phố bán *một* thứ hàng.**	Each street sells one kind of goods.
***mỗi* ngày, hàng ngày**	every day
***mỗi* tháng, hàng tháng**	every month, monthly

4. Bằng

We have already met the preposition **bằng** in Unit 9 with the meaning 'by', 'in' or 'with'. Now we will study another meaning of **bằng** — 'of', 'from', a preposition indicating material or substance.

- **bằng** — 'by', 'by means of':

Tôi *đi làm bằng* tàu điện ngầm.	I go to work by underground.

- **bằng** — 'with', 'in':

Cậu bé *viết bằng* bút chì.   The little boy wrote with a pencil.
Họ *nói* với nhau *bằng* tiếng Việt.   They speak to each other in Vietnamese.

- **bằng** — 'of', 'from':

Chiếc nhẫn này làm *bằng bạc*.   This ring is made of silver.
Cái cốc này làm *bằng pha lê*.   This glass is made of crystal

- The preposition **bằng** may be omitted when a noun directly modifies another noun:

*Chiếc nhẫn **bằng bạc** này rất đẹp.*   This silver ring is very nice.
*Chiếc nhẫn **bạc** này rất đẹp.*

BÀI TẬP THỰC HÀNH — PRACTICE EXERCISES

1. Answer the question using the phrases provided following the pattern:

Bây giờ chúng ta đang ở đâu?	Where are we now?
Chúng ta đang ở *giữa khu phố cổ của Hà Nội*.	We are in the heart of the ancient quarter of Hanoi.

a)   giữa phố Nguyễn Thái Học
b)   giữa quảng trường Ba Đình (Ba Đình Square)
c)   trung tâm thành phố
d)   cuối đường Điện Biên
e)   đầu phố Lương Văn Can

2. Construct sentences using the phrases provided following the pattern:

Hàng Bạc — giữa khu phố cổ của Hà Nội	*Hang Bac — centre of the ancient quarter of Hanoi*
Đây là phố *Hàng Bạc*, chúng ta đang ở *giữa khu phố cổ của Hà Nội*.	This is Hang Bac Street, we are in the centre of the ancient quarter of Hanoi.

a)   Văn Miếu — trong trường đại học đầu tiên của Việt Nam

b)   phố Nguyễn Thái Học—sắp đến Viện Bảo tàng Mỹ thuật
c)   hồ Hoàn Kiếm—trung tâm Hà Nội
d)   phố Bờ sông—sắp đến Viện Bảo tàng Lịch sử
e)   Bưu điện Quốc tế—sắp đến phố Tràng Tiền

3. Answer the questions following the pattern:

Chị có làm việc đó chiều nay được không? *(không)* **Không, tôi không làm được,** chiều nay tôi bận.	Can you do that work this afternoon? *(no)* No, I can't, I am busy this afternoon.

a)   Ông ấy có uống rượu được không? *(được)*
b)   Chị ấy có thể đi xe máy được không? *(không)*
c)   Chị có thể mượn hộ tôi mấy cuốn sách ở thư viện được không? *(được)*
d)   Bà ấy có lái ô tô được không? *(không)*
e)   Anh có thể lái ô tô được không? *(được)*

4. Construct sentences using the phrases provided following the pattern:

cổ nhất **Có thể nói đây là khu vực cổ nhất của Hà Nội.**	*oldest* It could be said that this is the oldest area of Hanoi.

a)   đẹp nhất
b)   đông dân nhất
c)   buôn bán nhộn nhịp nhất
d)   yên tĩnh nhất
e)   nghèo nàn nhất

*đông dân densely populated **nghèo nàn** poor*

5. Construct sentences using <u>được</u> in the passive voice:

Hà Nội <u>*được thành lập*</u> vào thế kỷ thứ 11.	Hanoi was founded in the 11th century.

a)   Hà Nội — xây dựng trên bờ sông Hồng
b)   Trước đây Hà Nội — gọi là Thăng Long
c)   Huế — chọn làm kinh đô của nhà Nguyễn
d)   Bài thơ này — sáng tác cách đây gần 100 năm.

e)   Toà nhà này — xây dựng vào khoảng đầu những năm 70

bờ sông bank   kinh đô capital of the kingdom
nhà Nguyễn Nguyen dynasty

6. Fill in the blanks with either <u>được</u> or <u>bị</u> then translate into English:

a)   Nam... ốm nên hôm qua Nam phải nghỉ học.
b)   Tôi không nói... tiếng Pháp.
c)   Bài kiểm tra của cô ấy... điểm kém. *(bad mark)*
d)   Tháng sau chúng tôi... nghỉ 3 ngày.
e)   Anh ấy mới nhận... thư của người yêu.

7. Change the sentences below into the passive following the pattern:

Mẹ tôi gửi cho *tôi một cái áo len màu đỏ.*	My mum sent me a red pullover.
Tôi được mẹ tôi gửi cho một cái áo len màu đỏ.	I was sent a red pullover by my mum.

a)   Shakespeare đã viết vở kịch Macbet nổi tiếng.
b)   Bố mẹ cô ấy đã tặng cô ấy một cái ô tô rất mốt.
c)   Anh ấy cho tôi mượn ba cuốn sách Văn học Anh.
d)   Anh ấy tặng người yêu một bó hoa hồng.
e)   Ông ấy mượn thư viện ba cuốn sách này.

vở kịch play   mốt fashionable
sách văn học Anh book on English literature

8. Fill in the blanks with <u>mỗi... một</u>, then translate:

Mỗi phố sản xuất và buôn bán *một* thứ hàng.	Each street produces and trades in a particular type of goods.

a)   Chúng tôi học—tuần— bài.
b)   Họ thường đi xem phim—tháng—lần.
c)   ...... năm chúng tôi đi du lịch—lần.
d)   ...... ngày tôi chỉ uống—cốc cà phê thôi.
e)   ...... tuần anh ấy viết cho người yêu—bức thư.

9. Ask your friend questions following the pattern:

chiếc nhẫn này — vàng	*this ring — gold*
Chiếc nhẫn này (làm) **bằng gì?**	What is this ring made of?
Nó được làm **bằng vàng.**	It is made of gold.

a) bộ đồ ăn này—bạc
b) những cái cốc này—pha lê
c) cầu này—thép
d) cái áo dài này (dệt)—lụa
e) đồ chơi trẻ em—nhựa

bộ đồ ăn tableware set   **pha lê** crystal   **cầu** bridge   **thép** steel
lụa silk   **dệt** weave   **nhựa** plastic

10. Construct sentences following the pattern:

cốc pha lê — đắt	*crystal glasses — expensive*
Những cái cốc pha lê này	These crystal glasses are very
rất **đắt.**	expensive.

a) nhẫn bạc — hiếm
b) bát sứ — đẹp
c) hoa tai vàng — quý
d) đồ chơi nhựa — an toàn
e) áo dài lụa — đắt

bát sứ china bowl   **hoa tai vàng** gold earring
quý precious, valuable   **an toàn** safe

BÀI ĐỌC — READING TEXT 🎧

Trước khi sang Việt Nam tôi đã đọc một số sách báo về lịch sử và con người Việt Nam. Tôi được biết Việt Nam là một đất nước đẹp, có nhiều danh lam thắng cảnh, nhiều di tích lịch sử và văn hoá. Đặc biệt, Việt Nam có tới hơn ba ngàn km bờ biển với nhiều bãi biển nổi tiếng như Hạ Long, Sầm Sơn, Cửa Lò, Đà Nẵng, Nha Trang, và Vũng Tàu.

Việt Nam là một nước có hơn 70% dân số sống ở nông thôn. Lúa nước là cây lương thực chính, vì thế, hầu như đi đến đâu ta cũng thấy những cánh đồng lúa bằng phẳng. Các thành phố của Việt Nam tuy phát triển nhanh nhưng vẫn còn giữ được nhiều bản sắc.

Rừng núi chiếm gần 3/4 (ba phần tư) diện tích đất nước. Việt Nam có nhiều sông ngòi. Hai con sông lớn nhất là sông Hồng và sông Cửu Long tạo nên hai vùng châu thổ màu mỡ.

Khách du lịch đến Việt Nam ngày càng nhiều, nhất là du lịch trẻ. Bạn có thể thấy họ ở khắp nơi, thành thị cũng như nông thôn và miền núi. Họ đi bằng máy bay, tàu hoả hoặc ô tô. Có người lại thích du lịch bằng xe đạp hoặc xe máy theo dọc đất nước. Đi như thế tuy mệt nhưng có thể thưởng thức được hết sự phong phú của cảnh sắc thiên nhiên.

TỪ VỰNG — VOCABULARY

tới	*up to*
bờ biển	*coastline*
bãi biển	*beach*
nông thôn	*countryside, rural area*
lúa nước	*water rice, paddy rice*
cây lương thực	*food crop*
hầu như	*almost*
đi đến đâu	*everywhere you go*
cánh đồng lúa	*paddy field*
bằng phẳng	*flat*
phát triển nhanh	*develop quickly*
bản sắc	*unique character*
rừng núi	*forest and mountain*
chiếm	*occupy*
3/4 (ba phần tư)	*three quarters*
sông ngòi	*rivers and streams*
châu thổ	*delta*
màu mỡ	*rich*
thành thị	*urban area*
miền núi	*highland, mountain area*
phong phú	*diversity*
cảnh sắc thiên nhiên	*natural scenery*

BÀI TẬP VỀ NHÀ — HOMEWORK

1. Answer the following questions:

a)   Tác giả làm gì trước khi đi Việt Nam?

b)   Việt Nam là một đất nước như thế nào?

c)   Bờ biển của Việt Nam dài bao nhiêu?

d)   Những bãi biển nào nổi tiếng ở Việt Nam?

e)   Hơn 70% dân số của Việt Nam sống ở đâu?

f)   Cây lương thực gì là chính?

g)   Rừng núi chiếm bao nhiêu phần trăm diện tích đất nước?

h)   Hai con sông lớn nhất ở Việt nam là sông nào?

i)   Bạn có thể thấy khách du lịch ở đâu?

j)   Tại sao có người lại thích đi du lịch bằng xe đạp hoặc xe máy?

2. What should you say when...

i) you want to tell your friend that you can speak Vietnamese?

a)   Tôi nói được tiếng Việt.

b)   Tôi đang học tiếng Việt

c)   Tôi không nói được tiếng Việt.

ii) you want to tell your friend that last week you were ill?

a)   Tuần trước tôi phải nghỉ học.

b)   Tuần trước tôi bị ốm.

c)   Tuần trước tôi bị điểm kém.

iii) you want to inform your friend that you study Vietnamese once a week?

a)   Tôi học tiếng Việt hàng ngày.

b)   Tôi đi xem phim mỗi tuần một buổi.

c)   Tôi học tiếng Việt mỗi tuần một buổi.

iv) you want to tell your friend that this tableware set is made of silver?

a)   Bộ đồ ăn này làm bằng bạc.

b)   Bộ đồ ăn bằng bạc này rất quý.

c)   Bộ đồ ăn bằng bạc này của bà tôi.

3. Construct three sentences each with <u>mỗi... một</u>, <u>làm bằng được</u> and <u>bị</u>.

4. Translate the Reading Text into English.

Bài Hai Mươi Mốt — Unit Twenty One

Đặt trước
Booking in advance

This unit tells you how to:

- *book a ticket, a hotel room or a flight ticket, etc*
- *use the term 'booking in advance' in Vietnamese*
- *use the conjunction cả... nữa 'too', 'also', 'as well'*
- *the expression không biết là... '(I) wonder if/whether...'*

HỘI THOẠI HÀNG NGÀY — EVERYDAY CONVERSATION 🎧

Nhà ga:	A lô, ga Hà Nội đây...
H. khách:	A lô, chào anh, tôi gọi điện để hỏi xem tôi có thể đặt mua vé trước được không ạ?
Nhà ga:	Ồ được chứ, chúng tôi còn có cả dịch vụ đưa vé đến tận nhà nữa, nếu khách hàng yêu cầu. Chị muốn đặt mua vé đi đâu?
H. khách:	Tôi muốn mua một vé tàu nhanh từ thành phố Hồ Chí Minh ra Hà Nội ạ. Anh làm ơn cho biết, trên đường đi tôi muốn dừng lại ở Nha Trang hai ngày, ở Đà nẵng một ngày và ở Huế hai ngày có được không?
Nhà ga:	Được ạ, xin chị nói rõ chị muốn đi vào ngày nào rồi chúng tôi sẽ sắp xếp chuyến đi cho chị. Chị có bảng giờ tàu chưa?
H. khách:	Dạ, tôi có rồi. Không biết là tôi trả bằng bảng Anh có được không?
Nhà ga:	Rất tiếc, chúng tôi chỉ nhận tiền Việt thôi, nhưng chị có thể đổi tiền ở một chi nhánh ngân hàng gần nhà ga.
H. khách:	Xin cám ơn anh, chào anh.

Ở một chi nhánh ngân hàng — At a bank branch

Khách:	Chào chị, Tôi muốn đổi 100 pao ra tiền Việt, tỷ giá hối đoái hôm nay là bao nhiêu ạ?
Nhân viên:	Chào anh, tỷ giá hôm nay chúng tôi đã ghi rõ trên bảng kia, 1 pao đổi được 19,225.33 đồng.
Khách:	Giá cũng tưởng đối ổn định chị nhỉ?
Nhân viên:	Vâng, hai tuần nay, giá lên xuống không đáng kể.

TỪ VỰNG — VOCABULARY 🎧

đặt, đặt mua	book, order
H. khách — hành khách	passenger
trước	before, ahead, in advance
đưa (vé) đến tận nhà	home/house delivery (ticket)
yêu cầu	ask for, require
tàu nhanh	express train
không biết là...	(I) don't know if (whether)...
	(I) wonder if/whether...
sắp xếp	arrange
bảng giờ tàu	train timetable
phòng bán vé	box office
đổi	exchange, change
chi nhánh	branch
tỷ giá	rate (of exchange)
hối đoái	currency exchange
tưởng đối	relative
ổn định	stable, settled
không đáng kể	negligible

LANGUAGE POINTS

1. The phrase 'booking in advance' in Vietnamese

In Vietnamese there are several different verbs that can be translated as 'booking in advance':

mua vé trước	*Lit.* 'to buy a ticket in advance'
lấy vé trước	*Lit.* 'to get/buy a ticket in advance'
giữ chỗ trước	*Lit.* 'to reserve/keep a seat in advance'
đặt chỗ trước	*Lit.* 'to order a seat/ticket in advance'
đăng ký vé/chỗ trước	*Lit.* 'to register a ticket/seat in advance'

Tôi muốn *mua trước* ba vé cho buổi hoà nhạc tối thứ bảy tuần này.	I'd like to book three tickets for this Saturday's concert.
Tôi muốn *đặt trước* một bàn cho hai người vào tối thứ năm tuần sau.	I'd like to book a table for two on Thursday evening next week.
Họ đã *đăng ký trước* hai chỗ vào chuyến bay tối.	They've booked two seats on the next flight.
Anh đã *giữ* phòng *trước* ở khách sạn cho họ chưa?	Have you booked a hotel room for them yet?

2. Cả... nữa — 'in addition to', 'also', 'too', 'as well'

This pair of conjunctions is used to join another component to a mentioned list.

Chúng tôi còn có *cả* dịch vụ đưa vé đến tận nhà *nữa*.	We have home delivery services as well.
Anh ấy mua cam, mua chuối, mua táo và còn mua *cả* hoa *nữa*.	He bought oranges, bananas, apples and even flowers as well.

3. Revision để + động từ — để + verb

This structure is used to denote the purpose of an action, and can be translated into English as 'to', 'in order to':

Tôi gọi điện *để hỏi xem* tôi có thể mua vé trước được không.	I'm ringing to ask if I can book tickets in advance.
Tôi đến đó *để thăm* gia đình anh tôi.	I went there to visit my brother's family.

4. Revision nếu — 'if' (introducing a conditional clause, on condition that)

Chúng tôi sẽ đưa vé đến tận nhà *nếu* khách hàng yêu cầu.	We'll deliver the ticket right to the customer's home if they want.
Nếu anh cần chúng tôi sẵn sàng giúp đỡ.	If you need, we are ready to help.

5. Expression không biết là... — '(I) wonder if/whether...'

This expression is used to express the wish to know something:

Không biết là tôi muốn dừng lại ở Huế có được không?	I wonder if I can stop over at Hue?
Không biết là anh ấy có đến kịp không?	I wonder whether he will arrive on time?

BÀI TẬP THỰC HÀNH—PRACTICE EXERCISES

1. Construct sentences as follows:

đặt mua vé trước	*booking in advance*
Tôi gọi điện để hỏi xem tôi có thể *đặt mua vé trước* được không ạ.	I'm ringing to ask if I can book a ticket in advance.

a)   đến thăm cô ấy tối nay
b)   gặp giáo sư Brown 10:00 sáng mai
c)   gặp ông giám đốc sau giờ làm việc chiều nay
d)   mua vé cho buổi hoà nhạc tối mai
e)   anh Nam đi công tác về chưa

2. Construct sentences as in the previous exercise:

a)   ngày mai tôi đến muộn
b)   hôm nay tôi về sớm 1 tiếng
c)   tuần sau tôi nghỉ phép 3 ngày
d)   gặp bác sĩ Lan lúc 3.40 chiều nay
e)   ngày mai chị đi xem phim với chúng tôi

nghỉ phép   on leave

3. Create conversations using the phrases provided following the pattern:

đặt một bàn ở nhà hàng — mấy người — năm	*book a table — how many people — five*
Tôi muốn *đặt một bàn ở nhà hàng* của ông vào tối thứ bảy này?	I would like to book a table in your restaurant this Saturday evening.
Bàn cho *mấy người* ạ, thưa bà?	For how many people, Ma'm?
***Năm* người ạ.**	For five people.

a) giữ trước một phòng ở khách sạn—phòng đơn hay phòng đôi—phòng đơn

b) mua hai vé máy bay đi Hà Nội—hàng không nào—Hàng không Anh

c) đặt mua năm cuốn từ điển Việt-Anh cho thư viện—nhà xuất bản nào—nhà xuất bản Giáo dục

d) giữ chỗ trước ở rạp hát—mấy chỗ—ba chỗ

e) đăng ký trước mười chỗ trong chuyến bay tối—chỗ hút thuốc hay không hút thuốc—không hút thuốc

nhà xuất bản *publishing house*   **giáo dục** *education*
không hút thuốc *non smoking*

4. Create conversations as follows:

hai vé xem phim — *6:00 hay 8:30* **Tôi muốn mua trước *hai*** ***vé xem phim* tối mai.** **Chị muốn mua buổi mấy giờ, *6:00 hay 8:30*?** **8:30 ạ.**	*two cinema tickets —* *6 o'clock or 8:30* I would like to book two cinema tickets for tomorrow night. Which time would you like, 6 o'clock or 8:30? 8:30 please.

a) năm vé nghe hoà nhạc — buổi **7:00** tối hay buổi **9:00** tối

b) ba vé xem biểu diễn chèo — buổi **3:00** chiều hay buổi **6:00** tối

c) bốn vé xem kịch — buổi **6:30** tối hay buổi **9:30**

d) hai vé xem diễn tuồng — buổi chiều hay buổi tối

e) sáu vé xem cải lương — buổi **6:00** tối hay buổi **9:00**

kịch *play*   **tuồng** *classical opera*   **cải lương** *renovated opera*

5. Use the phrase <u>đến tận nhà</u> to construct sentences as follows:

đặt một bó hoa hồng — *đưa hoa* **Tôi muốn *đặt một bó hoa*** ***hồng* tặng bạn, chị có dịch vụ *đưa hoa* đến tận nhà không?**	*buy a bunch of roses —* *deliver flowers* I would like to buy a bunch of roses for my friend, do you have a delivery service?

a) mua một bộ bàn ghế — giao hàng

b) mua quần áo theo cuốn danh mục quảng cáo — giao hàng

c)   mua mấy vé tàu hoả — đưa vé
d)   mua một cái tủ lạnh — giao hàng
e)   mua một chiếc máy giặt — đưa máy

cuốn danh mục quảng cáo catalogue   *tủ lạnh* fridge
máy giặt washing machine

6. Use __cả... nữa__ to answer the questions as follows:

Viễn Đông	*Far East*
Mùa hè này cậu định đi	This summer you're going to
châu Âu phải không?	Europe, aren't you?
Vâng, tôi sẽ đi *cả Viễn*	Yes, I'm going to the Far East as
Đông nữa.	well.

a)   Cậu sẽ mua vali và áo quần trong cửa hàng bách hoá này chứ?
      —một đôi giày
b)   Anh sẽ đến thăm gia đình Hoa chứ—gia đình Lan
c)   Sáng nay cậu ăn xôi phải không?—phở
d)   Cậu biết đi xe máy phải không?—lái ô tô
e)   Cậu có mệt không?—đói

7. Ask questions using the following:

Tôi — dừng lại ở Huế hai ngày	*I — stop over in Hue 2 days*
Tôi muốn dừng lại ở Huế hai	Can I stop over two days in
ngày có được không?	Hue?

a)   chị ấy — bị nhỡ tàu
b)   mẹ tôi — khỏi ốm
c)   họ — đến dự liên hoan với chúng tôi
d)   bao giờ chúng tôi — thi hết năm
e)   sau khi cưới anh ấy — còn học tiếng Việt

8. Use the phrase __không biết là...__ to ask yourself questions as follows:

tôi muốn dừng lại ở Huế	*I'd like to stop over in Hue*
Không biết là tôi muốn	I wonder if I can stop over two
dừng lại ở Huế hai ngày có	days in Hue?
được không?	

a) chị ấy — bị nhỡ tàu
b) mẹ tôi — khỏi ốm
c) họ — đến dự liên hoan với chúng tôi
d) bao giờ chúng tôi — thi hết năm
e) sau khi cưới anh ấy — còn học tiếng Việt

9. Complete the following sentences with the correct phrases:

nếu khách hàng yêu cầu	*if required by the customer*
Chúng tôi sẽ đưa vé đến tận nhà, *nếu khách hàng yêu cầu.*	We'll deliver the ticket right to their house if required by the customer.

a) Tôi sẽ cho anh vay tiền,...   nếu công nhân xe lửa bãi công

b) Chúng tôi sẽ sẵn sàng giúp đỡ,...   nếu anh cần tiền mua ô tô

c) Chúng tôi phải đi làm bằng ô tô,...   nếu chị mời

d) Họ sẽ đến thăm chúng tôi...   nếu chị cần

e) Anh ấy sẽ đến dự liên hoan với chúng ta... nếu trời không mưa

10. Translate the following dialogue into English:

Khách hàng: Chúng tôi muốn mua vé tập thể cho các cháu đi xem xiếc chủ nhật này.

Người bán vé: Chủ nhật chúng tôi biểu diễn ba buổi: sáng, chiều và tối với giá vé khác nhau. Chị muốn đi buổi nào ạ?

Khách hàng: Chúng tôi định đi buổi sáng, mấy giờ buổi biểu diễn bắt đầu ạ?

Người bán vé: 10:00, chúng tôi sẽ giảm 20% giá vé cho các cháu đi theo trường.

(mua) vé tập thể (buy) group ticket   *đi theo trường going with school*

11. Convert your foreign currency into Vietnamese đồng as follows:

Tôi muốn đổi 100 pao ra tiền Việt, tỷ giá hối đoái hôm nay là bao nhiêu? 1 pao đổi được 19,225.33 đồng.	I'd like to change £100 into Vietnamese currency, what is the exchange rate for today? 19,225.33 đồng for one pound.

a)   Yên Nhật Bản—83.23 đồng
b)   Đô la Mỹ—11,807.00 đồng
c)   Frăng Pháp—1,959.92 đồng
d)   Đô la Hồng Kông—1,523.85
e)   Đê mác Đức—6,573.32 đồng

BÀI ĐỌC —READING TEXT 🎧

Để chủ động trong việc thuê phòng ở khách sạn, mua vé xem phim, xem kịch, xem hát, hay vào hiệu ăn v.v. bạn có thể gọi điện trực tiếp để đặt trước.

Nếu bạn muốn giữ những chỗ sang trọng hoặc muốn bằng bất cứ giá nào cũng giữ được chỗ cho mình, thì có thể bạn sẽ phải trả trước một số tiền, mà người ta gọi là 'tiền đặt cọc'. Số tiền này không nhất định, có nơi người ta yêu cầu 10% đến 20%, có nơi 30% hoặc hơn.

Ở Việt Nam người ta có tập quán tiêu tiền mặt. Trước đây, séc, tài khoản ngân hàng v.v. chủ yếu chỉ dùng trong giao dịch giữa các cơ quan, các công ty hoặc các ngân hàng, còn hầu hết các cá nhân vẫn sử dụng tiền mặt. Đây là một trong những điều bất tiện cho khách nước ngoài, nhất là đối với những người chỉ quen tiêu bằng các loại thẻ, séc hoặc trả tiền qua tài khoản ngân hàng.

Gần đây mọi thứ đã thuận tiện hơn vì ngành ngân hàng đã bắt đầu tiến hành sử dụng các loại séc cá nhân, một số nơi như khách sạn, nhà hàng đã chấp nhận séc du lịch, thẻ tín dụng, thẻ Visa và thẻ của một số nhà băng trên thế giới.

TỪ VỰNG — VOCABULARY 🎧

chủ động	*take the initiative*
bất cứ	*any*
bất cứ người nào	*anybody*
bất cứ nơi nào	*anywhere*
bất cứ việc gì	*any job*
bằng bất cứ giá nào	*at any cost, (under any circumstances)*
tiền đặt cọc, đặt tiền	*advance security money, deposit*
nhất định	*fixed, stated*
tập quán	*habit*
giao dịch	*trade, transact*
tài khoản ngân hàng	*bank account*
cá nhân	*individual, personal*

hầu hết	*almost*
sử dụng	*use*
bất tiện	*inconvenient*
thuận tiện	*convenient*
quen	*familiar, used to*
thẻ	*card*
thẻ tín dụng	*credit card*
thẻ Viza	*Visa card*

BÀI TẬP VỀ NHÀ — HOMEWORK

1. Answer the following questions:

a) Muốn đặt phòng trước ở khách sạn bạn làm thế nào?

b) Nếu bạn muốn bằng bất cứ giá nào cũng giữ được chỗ cho mình thì bạn nên làm gì?

c) 'Tiền đặt cọc' là gì?

d) Số tiền này có nhất định không?

e) Ở Việt Nam người ta có tập quán tiêu bằng séc phải không?

f) Tiêu bằng tiền mặt thì thuận tiện hay không thuận tiện? Tại sao?

g) Ở nước của bạn, bạn thường tiêu bằng gì?

h) Gần đây ngành ngân hàng đã tiến hành sử dụng các loại séc cá nhân có phải không?

i) Một số khách sạn hoặc nhà hàng người ta đã chấp nhận việc trả bằng gì?

2. What should you say when...

i) you want to book a hotel room in advance?

a) Tôi muốn đặt trước một phòng ở khách sạn của ông.

b) Tôi muốn thuê một phòng đơn có điều hoà nhiệt độ.

c) Tôi muốn xin làm việc trong khách sạn của ông.

ii) you ring to find out if you can book a room in advance?

a) Tôi gọi điện để hỏi xem tôi có thể gặp ông giám đốc khách sạn được không?

b) Tôi gọi điện để hỏi xem tôi có thể đặt phòng trước ở khách sạn được không?

c) Tôi gọi điện để hỏi xem khách sạn có còn phòng nào trống không?

iii) you want to tell your friend that in the past, you used to read books until late at night?

a)   Trước đây tôi rất hay đọc sách ở thư viện.
b)   Trước đây tôi rất hay đọc sách.
c)   Trước đây tôi thường đọc sách đến tận khuya.

iv) you want to tell your friends that this summer you're not only going to Africa but also Asia?

a)   Hè này tôi không chỉ đi châu Phi mà còn đi cả châu Á nữa.
b)   Hè này tôi sẽ không đi châu Phi mà đi châu Á.
c)   Hè này ở Châu phi nóng lắm nên tôi sẽ đi châu Á.

3. Copy exercises nos. 2, 5, 7, 9 and 10.

4. Translate the Reading Text into English.

5. Construct three sentences with the following phrases:

a)   nếu
b)   để
c)   không biết là...

Đi xem phim
Going to the cinema

This unit tells you how to:

- *use the expressions* **như là, như thể là** *'like', 'as', 'as if'*
- *use the conjunctions* **rằng** *and* **là** *'that'*
- *use* **mà** *'that', 'which', 'who(m)' as a relative pronoun*
- *use the expression* **nếu tôi là anh** *'if I were you'*

In this unit we shall also review the passive in Vietnamese.

HỘI THOẠI HÀNG NGÀY — EVERYDAY CONVERSATION

Hùng:	Tối nay cậu có rỗi không, chúng mình đi xem phim đi.
Bảo:	Cậu định xem phim gì?
Hùng:	'Mưa Ngâu' do Nguyễn Văn A đạo diễn, nghe nói hay lắm.
Bảo:	Ở rạp nào đấy?
Hùng:	Tất cả các rạp lớn ở Hà Nội, nhưng chỉ trong hai ngày thôi.
Bảo:	Sao vậy?
Hùng:	Thế cậu không biết à, để mở đầu cho liên hoan phim lần này, người ta sẽ lần lượt chiếu lại tất cả các bộ phim được giải và các bộ phim được công chúng yêu thích đấy.
Bảo:	Ồ thế à, thế thì mình phải tranh thủ dịp này để đi xem một số phim khác nữa.
Hùng:	Cậu cứ như là người trong mơ ấy, chẳng biết gì đang diễn ra xung quanh cả.
Bảo:	Quả có thế thật, từ ngày nhà mình sắm được cái đầu video, mình chẳng mấy khi đi xem ở rạp.
Hùng:	Ai cũng như cậu thì các rạp chiếu bóng đến phải đóng cửa hết thôi.
Bảo:	Sao cậu lại nói thế? chúng mình đi nhé, à thế còn vé thì sao, mua trước giờ chiếu có được không?
Hùng:	Mình đã mua trước đây rồi, tối nay cả bọn cùng đi.

Hùng: Sao, các cậu thấy phim này thế nào?

Mai: Phim buồn nhưng rất cảm động. Mình thích cách diễn xuất của nhân vật nữ.

Bảo: Tôi cho rằng đây là một trong những bộ phim hay nhất mà tôi đã xem.

Hùng: Tuy nội dung hãy còn đơn giản nhưng nói chung đây là một bộ phim hay.

Hồng: Được, các diễn viên đóng rất khá, nhưng nếu mình là đạo diễn mình sẽ phát triển thêm một số tình tiết thú vị nữa.

TỪ VỰNG — VOCABULARY 🎧

'Mưa Ngâu'	'Late Summer Rain'
người đạo diễn	director
đạo diễn	direct
chiếu	show, release
rạp chiếu bóng, rạp chiếu phim	cinema (house)
mở đầu	open
liên hoan phim	film festival
lần lượt	in turn, by turn, turn and turn about
phim được giải	prize-winning film
công chúng	audience, public, masses
ưa thích	have a taste for, be fond of, favour
tranh thủ	make use of
dịp	chance, opportunity
trong mơ	in a dream
diễn ra	happen, occur, take place
xunh quanh, chung quanh	around, surround
quả có thể thật	it's truly so, it's really so
(đầu) video	video (head, machine)
mấy khi	as only occasionally, as it seldom happens that
như, như là, như thể	like, as, as if,
buồn	sad
cảm động	be moved
diễn xuất	perform, act
đóng	act (a part), play, do
diễn viên nữ	actress
nội dung	content
nếu mình là đạo diễn...	if I were the director...
chi tiết, tình tiết	detail

LANGUAGE POINTS

In this unit we shall review expressions with **do** and **được**.

1. Do ai/cái gì làm — 'done by somebody/something'

Bộ phim này *do* Nguyễn Văn A *đạo diễn*.	This film was directed by Nguyễn Văn A.
Những đôi giày này *do* nhà máy chúng tôi *sản xuất*.	These pairs of shoes were produced by our factory.

These can also be expressed as:

Nguyễn Văn A đã đạo diễn bộ phim này.	Nguyễn Văn A directed this film.
Nhà máy chúng tôi đã sản xuất những đôi giày này.	Our factory produced these pairs of shoes.

2. The structure được used in the passive

Bộ phim này *được* công chúng *yêu thích*.	This film is well liked by the public.

or in the active voice you can say:

Công chúng yêu thích bộ phim này.	The public likes this film very much.

3. Như là, như thể (là) — 'like', 'as if', 'it seems'

Cậu cứ *như là* người ở trong mở ấy.	It seems as if you're in a dream.
Anh ấy nói *như thể* anh ấy biết rất rõ vấn đề đó.	He speaks as if he knew that problem very well.

4. Rằng, là — 'that'

These conjunctions are used to connect object clauses to the main clauses of complex sentences:

Chị ấy nói *là* chị ấy sẽ đến.	She said that she should come.
Tôi cho *rằng* mùa thu là mùa đẹp nhất trong năm.	I think that autumn is the most beautiful season of the year.

5. <u>Mà</u> — 'who', 'which', 'that'

Mà is used as a relative pronoun in the following situations:

Đây là một trong những bộ phim hay nhất *mà* **tôi đã từng xem.**	This is one of the best films that I've ever seen.
Anh đã nhận được cuốn sách *mà* **tôi gửi cho anh tuần trước chưa?**	Have you received the book which I sent you last week?
Cô gái *mà* **tôi vừa nói chuyện với là sinh viên.**	The girl who I've been talking to is a student.

6. The expression <u>nếu tôi là anh</u> — 'if I were you'

This expression is equivalent to the subjunctive mood in English, and is used to express doubt, wishes or situations that do not actually exist:

Nếu tôi là đạo diễn **tôi sẽ phát triển thêm một số tình tiết thú vị nữa.**	If I were the director I would develop some more interesting situations.
Nếu tôi là anh **tôi sẽ mua ngay cái ô tô đó.**	If I were you I would buy that car at once

BÀI TẬP THỰC HÀNH—PRACTICE EXERCISES

1. Invite your friend to do something with you as follows:

đi xem phim — phim gì	*go to the cinema — which film*
Tối nay cậu có rỗi không, chúng mình *đi xem phim* **đi.**	Are you free this evening? Let's go to the cinema.
Ý kiến hay đấy, chúng mình sẽ xem *phim gì?*	That's a good idea, what film shall we go and see?

a)   xem kịch—kịch gì

b)   nghe ca nhạc—ở nhà hát nào

c)   uống cà phê—ở đâu

d)   ăn kem—ở hiệu kem nào

e)   ăn phở— ở hàng nào

2. Create conversations, using the phrases provided as follows:

Tối nay có phim gì hay trên vô tuyến không?	Is there an interesting film on TV tonight?
Có, một *phim trinh thám* của Anh, nghe nói hay lắm.	Yes, there's an English detective film, I've heard that it's very interesting.
Phim lồng tiếng hay phim có phụ đề?	Is the film in Vietnamese dubbed or with subtitles?
Mình cũng không biết rõ, nhưng chắc là phim có phụ đề.	I'm not sure, but it is probably subtitled.

a)   phim khoa học *(science)*
b)   phim tài liệu *(documentary)*
c)   phim truyện *(feature)*
d)   phim về đề tài lịch sử
e)   phim 'trong thế giới động vật' (*'In the animal kingdom'*)

lồng tiếng dub   *đề tài* theme   *hoạt hoạ, hoạt hình* cartoon
thời sự newsreel/current affairs

3. Create conversations as in the previous exercise:

a)   phim hoạt hoạ của Mỹ
b)   phim thời sự của Nam Phi
c)   phim 'Chiến tranh và Hoà bình' của Nga (*'War and Peace'*)
d)   phim 'Cuốn theo chiều gió' của Mỹ (*'Gone with the Wind'*)
e)   phim 'điệp viên 007' của Anh

4. Construct questions then answer them as follows:

bộ phim — đạo diễn — Nguyễn Văn A	*this film — direct — Nguyễn Văn A*
Bộ phim này do ai **đạo diễn?**	By whom was this film directed?
Bộ phim này do *Nguyễn Văn A* **đạo diễn.**	This film was directed by Nguyễn Văn A.

a)   vở kịch — sáng tác — Shakespeare
b)   Truyện Kiều — viết — Nguyễn Du
c)   Bài thơ — viết — Xuân Diệu
d)   Bản sonat ánh trăng — sáng tác — Beethoven

e)   Vở chèo này — dàn dựng — nghệ sĩ Văn Long

dàn dựng stage   bản Sonat ánh trăng 'Moonlight Sonata'
nghệ sĩ artist

5. Construct sentences using the phrases provided as follows:

chiếu những bộ phim	*show the films*
Người ta sẽ lần lượt *chiếu*	One by one they will show all the
những bộ phim **được công**	popular films.
chúng yêu thích.	

a)   in lại những cuốn sách
b)   thu những bài hát
c)   dàn dựng những vở kịch
d)   bán những đồ dùng gia đình
e)   trình diễn những mốt quần áo

in print, publish   đồ dùng gia đình household utensils   thu record
trình diễn mốt quần áo fashion show

6. Imagine you are in Vietnam. Use the phrase <u>tranh thủ dịp này</u>
<u>để...</u> **to construct sentences as follows:**

xem một số phim nữa	*see some other films*
Mình phải tranh thủ dịp	I have to make use of this chance
này để xem một số phim	to see some other films as well.
khác nữa.	

a)   học tiếng Việt
b)   tìm hiểu văn hoá Việt Nam
c)   xem người Việt Nam đón năm mới của họ như thế nào
d)   đi thăm các danh lam thắng cảnh nổi tiếng
e)   ăn thử một số món ăn Việt Nam.

7. Translate the following sentences:

Cậu nói cứ như thể cậu	You speak as if you were a prime
là thủ tướng ấy.	minister.

a)   Nó làm cứ như thể là nó hiểu biết lắm ấy.

b)   Anh ấy cư xử như thể là anh ấy không biết gì về chuyện đó.
c)   Họ làm như thể không có gì xảy ra xung quanh.
d)   Chị cứ như là người sống trong mơ ấy. Hãy thực tế hơn một chút
e)   Nó chạy như thể bị ma đuổi.

cư xử behave   *xảy ra* happen   *thực tế* real, realistic, practical
ma ghosts, devils   *đuổi* chase, run after

8. What would you say to your friend in the following situations:

Bạn của chị *không bao giờ đi xem phim.* **Ai cũng như cậu thì các rạp chiếu bóng đến phải đóng cửa hết thôi.**	Your friend never goes to the cinema. (If) everyone was like you then all the cinemas would have to close down.

a)   Bạn của chị không bao giờ ăn ở hiệu ăn.
b)   Bạn của chị không bao giờ đến thư viện.
c)   Bạn của chị không bao giờ đi du lịch bằng máy bay.
d)   Bạn của chị không bao giờ vào quán bia.
e)   Bạn của chị không bao giờ ăn phở.

9. What would you do in the following situations:

***Nếu tôi là* anh tôi sẽ mua ngay chiếc ô tô đó.**	If I were you I would buy that car at once.

a)   thủ tướng *(prime minister)*
b)   nhà tỷ phú *(billionaire)*
c)   ca sĩ nổi tiếng *(singer)*
d)   nhạc sĩ tài ba *(talented composer)*
e)   nhà kinh doanh bị phá sản *(bankrupt businessman)*

BÀI ĐỌC —READING TEXT 🎧

Trước đây nhóm chúng tôi rất hay đi xem phim, hầu như thứ Bảy nào chúng tôi cũng đi xem. Chúng tôi xem rất nhiều phim, phim Việt Nam cũng như phim nước ngoài. Chúng tôi muốn tìm hiểu về đời sống hàng ngày cũng như về lịch sử và văn hoá của các nước trên thế giới. Bạn bè gọi chúng tôi là những kẻ nghiện phim.

Tôi thích xem phim màu, màn ảnh rộng chứ không thích xem phim video như bây giờ. Trong các loại phim, tôi thích nhất là phim truyện có đề tài lịch sử. Các bạn tôi, người thì thích xem phim kinh dị, người thì thích xem phim trinh thám. Sau khi xem xong mỗi bộ phim chúng tôi lại ngồi bình luận về nhân vật chính, tính cách của từng nhân vật, cách diễn xuất của họ và cả về trang phục của họ nữa. Chúng tôi làm như thể mình là những nhà phê bình điện ảnh tài ba vậy. Bây giờ nghĩ lại, tôi thấy, chúng tôi hồi ấy thật buồn cười.

Năm tháng trôi qua, bây giờ chúng tôi đã trưởng thành, mỗi người một việc, rất ít khi có dịp gặp nhau, đi xem phim với nhau, nhưng tôi biết rằng tất cả chúng tôi đều quý trọng cái thời trẻ trung và vô tư lự ấy.

TỪ VỰNG — VOCABULARY 🎧

những kẻ nghiện phim/nghiền phim	*cinema-goers*
phim màu	*colour film*
phim đen trắng	*black and white film*
màn ảnh rộng	*wide screen*
đề tài	*theme*
kinh dị	*horror*
bình luận	*comment on*
nhân vật chính	*main character, protagonist*
tính cách	*characteristic, trait*
trang phục, y phục	*costume*
nhà phê bình	*critic*
điện ảnh	*the cinema*
tài ba	*talented*
buồn cười	*funny*
trôi qua	*pass*
trưởng thành	*grow up*
quý trọng	*treasure, value*
thời	*time*
trẻ trung và vô tư lự	*young and carefree*

BÀI TẬP VỀ NHÀ — HOMEWORK

1. Answer the following questions:

a) Trước đây tác giả và các bạn thường hay làm gì?

b) Họ hay đi xem vào hôm nào?

c)   Họ xem phim của nước nào?

d)   Họ muốn tìm hiểu cái gì qua phim ảnh?

e)   Bạn bè gọi họ là gì?

f)   Tác giả thích xem loại phim gì? và về đề tài nào?

g)   Các bạn của tác giả cũng thích những loại phim đó phải không?

h)   Sau khi xem phim xong họ thường ngồi làm gì?

i)   Họ làm như thế họ là ai?

j)   Bây giờ tuy đã trưởng thành nhưng họ nghĩ về thời đó như thế nào?

2. What should you say when...

i) you want to tell your friends that the film they'd like to see is now showing?

a)   Bộ phim mà các cậu muốn xem đang chiếu rồi đấy.

b)   Bộ phim mà các cậu muốn xem rất hay.

c)   Bộ phim mà các cậu muốn xem sẽ chiếu vào tháng sau.

ii) you want to invite your friend to a Vietnamese restaurant?

a)   Chúng mình đi ăn ở đâu bây giờ?

b)   Chúng mình đi ăn cơm ở quán ăn Việt Nam đi.

c)   Chúng mình đi ăn phở đi.

iii) your friend knows nothing of what is happening around?

a)   Cậu đừng mơ màng thế.

b)   Cậu có hay ngủ mơ không?

c)   Cậu cứ như là người ở trong mơ ấy.

iv) your friend never goes to the pub?

a)   Ai cũng như cậu thì các quán bia đến phải đóng cửa hết thôi.

b)   Ai cũng như cậu thì các quán bia đến phải mở thêm giờ.

c)   Ai cũng như cậu thì các quán bia thích lắm.

3. Construct three sentences using each of the following expressions:

a)   như thể là

b)   mà *(as a relative pronoun)*

c)   nếu tôi là anh...

4. Copy exercises nos. 2, 3, 4, 5 and 7.

5. Translate the Reading Text into English.

Trò chuyện trên tàu
Conversations on the train

This unit tells you how to:

- *use the verbs **lên tàu** 'to board the train' and **xuống tàu** 'to get off the train'*
- *use the structure **muốn... thì phải** '(if you) want... (then you) must'*
- *use the expression **thế ra** '(it) turns out', 'to my surprise'*
- *use **vừa rồi, vừa qua** 'recent', 'last'.*

HỘI THOẠI HÀNG NGÀY — EVERYDAY CONVERSATION 🎧

Loa phóng thanh:	Quý khách chú ý, Xin mời quý khách đi tàu S2 ra Hà Nội lên tàu ở đường số 3.
Loa phóng thanh:	Quý khách đi tàu S2 ra Hà Nội chú ý, còn 5 phút nữa đoàn tàu sẽ khởi hành, xin mời quý khách khẩn trương lên tàu!
Lisa:	Xin lỗi ông bà, đây là khoang giường số năm phải không ạ?
Bà già:	Dạ phải,... ồ, thế ra cô cũng biết nói tiếng Việt à?
Lisa:	Dạ vâng, nhưng cháu nói được ít thôi ạ.
Ông già:	Cô để hành lý dưới gầm ghế này. Nào, đưa tôi giúp một tay.
Lisa:	Xin cảm ơn ông.
Bà già:	Cô cũng ra thẳng Hà Nội à?
Lisa:	Cháu không ra thẳng mà dừng lại thăm Nha Trang, Đà Nẵng và Huế rồi mới ra Hà Nội ạ.
Ông già:	Cô nói tiếng Việt sõi quá, cô học tiếng Việt lâu chưa?
Lisa:	Cháu học ở Luân Đôn một thời gian, nhưng chủ yếu là mấy tháng vừa rồi ở Hà Nội cháu thực hành được rất nhiều đấy ạ.

Ông già: **Phải rồi, muốn giỏi ngoại ngữ thì phải thực hành nhiều. Xin lỗi, tôi mở cửa sổ có được không?**

Lisa: **Dạ, được chứ ạ. Không biết là trên tàu này có toa ăn không, cháu muốn mua nước uống.**

Bà già: **Có đấy, toa ăn cách đây hai toa về phía trước. Nhưng tí nữa, khi tàu chuyển bánh sẽ có xe đẩy đến bán tại từng toa đấy.**

TỪ VỰNG — VOCABULARY

loa phóng thanh	loudspeaker
chú ý	attention
quý khách, hành khách	passengers
lên tàu	board the train, get on to the train
đường, thềm ga	platform
khẩn trương	requiring immediate attention, quickly
khoang giường, buồng	(on the train) sleeper, compartment
thế ra	(it) turns out
dưới gầm ghế	under the seat
nào	let, let's
giúp một tay	help, give/lend somebody a hand
(đi) ra thẳng	go right through
sõi	fluent
chủ yếu	essential, mainly
vừa rồi, vừa qua	recent, last
toa ăn	dining carriage
phía trước	ahead
tí nữa, chốc nữa, lát nữa	in a short while, in a moment, in a while
chuyển bánh	start moving
xe đẩy	trolley

LANGUAGE POINTS

1. There are several meanings of the word <u>lên</u> 'up' and <u>xuống</u> 'down' in Vietnamese which you have already studied:

- **lên** — 'to go up', 'to climb up', 'to get up':

Họ *lên* tầng ba để ngắm cảnh.   They went up to the third floor to admire the view.

- **xuống** — 'to go down', 'to climb down', 'to get down':

Họ *xuống* dưới nhà để ăn cơm   They went downstairs to have dinner.
tối.

• **Lên** and **xuống** can also be used when you are boarding or getting off all kinds of vehicles in Vietnamese:

lên tàu hoả/ xe lửa	get on (to) the train	*xuống* tàu hoả/ xe lửa	get off the train
lên máy bay	board the plane	*xuống* máy bay	get off the plane
lên ô tô	get into the car	*xuống* ô tô	get out of the car
lên xe buýt	get on (to) the bus	*xuống* xe buýt	get off the bus

Examples:

Mời quý khách đi tàu Thống Nhất *lên tàu* ở đường số ba.   Will passengers for the Thong Nhat train board the train at platform 3, please.

Xin mời quý khách khẩn trương *lên tàu*.   (Will passengers) please board the train immediately!

2. The structure _muốn... thì phải..._ — '(If you) want..., (then you) must...'

This structure is used to express the conditional:

Muốn giỏi ngoại ngữ *thì phải* luyện tập nhiều.   He who wants to have a good command of a foreign language, must practise a lot.

3. _Thế ra_, _hoá ra_ — 'to turn out', 'to one's surprise'

This conjunction is used to express a discovered fact with some surprise:

Thế ra cô cũng biết nói tiếng Việt à?   Oh, you can speak Vietnamese, can't you?
(Lit. It turned out that you can speak Vietnamese.)
Thế ra/hoá ra anh ấy là người ở địa phương này.   It turns out that he is a local man.

4. <u>Vừa rồi</u>, <u>vừa qua</u> — 'recent', 'last'

Mấy ngày vừa qua anh ấy bị cúm.	For these last few days he's had the flu.
Mấy tháng vừa rồi ở Hà Nội cháu luyện tập được rất nhiều đấy ạ.	During recent months in Hanoi I've practised a lot.

BÀI TẬP THỰC HÀNH—PRACTICE EXERCISES

1. Construct sentences as follows:

tàu S1 ra Hà Nội — đường số 3	*S1 train to Hanoi — platform no. 3*
Xin mời quý khách đi *tàu S1 ra Hà Nội* lên tàu ở *đường số 3*.	Passengers for the S1 train to Hanoi please board the train at platform No 3.

a) tàu F2 ra Đà Nẵng — đường số 4
b) tàu H1 ra Huế — đường số 5
c) tàu S3 vào thành phố Hồ Chí Minh — đường số 7
d) tàu HP xuống Hải Phòng — đường số 1
e) tàu LS lên Lạng Sơn — đường số 2

2. Use the information in the previous exercise to create conversations as follows:

tàu ra Hà Nội	*the train to Hanoi*
Xin lỗi chị, *tàu ra Hà Nội* ở đường số mấy?	Excuse me, which platform is the train to Hanoi?
Đường số 3, đi phía này anh ạ.	Platform number 3, this way, please.
Xin cảm ơn.	Thank you.

a) tàu ra Đà Nẵng
b) tàu ra Huế
c) tàu vào thành phố Hồ Chí Minh
d) tàu xuống Hải Phòng
e) tàu lên Lạng Sơn

3. Construct sentences as follows:

5 phút — đoàn tàu — khởi hành	*5 minutes — the train — leave*
Còn *năm phút* **nữa** *đoàn tàu sé khởi hành.*	The train will leave in 5 minutes.

a)   10 phút — lớp học — bắt đầu
b)   1 tuần — đợt nghỉ đông — bắt đầu
c)   2 năm — con chị ấy — vào đại học
d)   1 tháng — chúng tôi — nghỉ hè
e)   2 ngày — mẹ tôi — về nhà

4. Use <u>bao giờ</u> and <u>còn</u> to create conversations as follows:

tàu ra Hà Nội — 7 giờ — 5 phút	*the train to Hanoi — 7:00 — 5 minutes*
Bao giờ *tàu ra Hà Nội* **khởi hành?**	When will the train to Hanoi start?
7 giờ **đúng, còn 5** *phút* **nữa thôi.**	7 o'clock sharp, there's only 5 minutes left.

a)   lớp học bắt đầu — 6:30 — 10 phút
b)   đợt nghỉ đông bắt đầu — tuần sau — 3 ngày
c)   con chị ấy vào đại học — năm học tối — 3 tháng
d)   các anh nghỉ hè — tháng tối — 2 tuần
e)   mẹ chị về — tối nay — một hai tiếng

5. Create conversations using the phrases provided as follows:

Tàu S1 ra Hà Nội — tàu chợ đi Nha Trang	*S1 train to Hà Nội — local train to Nha Trang*
Xin lỗi, đây có phải là *tàu S1 ra Hà Nội* **không?**	Excuse me, is this the S1 train to Hanoi?
Không, tàu S1 ra Hà Nội ở đường số 3, đây là *tàu chợ đi Nha Trang.*	No, the S1 train to Hanoi is at platform 3, this is the local train to Nha Trang.

a)   tàu chợ ra Huế — tàu nhanh ra Huế
b)   tàu nhanh đi Hải Phòng — tàu chợ đi Hải Phòng
c)   tàu S3 48 tiếng vào phố Hồ Chí Minh — tàu nhanh 36 tiếng vào
     phố Hồ Chí Minh
d)   tàu đi Nam Định — tàu chợ đi Lạng Sơn
e)   tàu nhanh 36 tiếng ra Hà Nội — tàu S2 48 tiếng ra Hà Nội

tàu chợ, tàu thường local train

6. Use _thế ra_ and _à_ to construct questions as follows:

cô cũng biết nói tiếng Việt	*you can speak Vietnamese*
Thế ra cô cũng biết nói	(To my surprise) so you can speak
tiếng Việt à?	Vietnamese, can't you?

a)   anh đã đến rồi
b)   chủ nhật cửa hàng cũng mở cửa
c)   họ đã đi thăm Pháp rồi
d)   các bạn đã biết nhau rồi
e)   chị đã làm xong việc rồi

7. Construct sentences following the pattern then translate them into Vietnamese:

giỏi ngoại ngữ —	*good at a foreign language —*
luyện tập thường xuyên	*practise regularly*
Muốn giỏi ngoại ngữ thì	He who wants to have a good
phải luyện tập thường	command of a foreign language
xuyên.	must practise regularly.

a)   thi đỗ — học chăm
b)   nhiều tiền — làm việc chăm chỉ
c)   nói tiếng Việt tốt — luyện nói thường xuyên
d)   kịp tàu — đi nhanh lên
e)   ăn quả — trèo cây

trèo cây to climb a tree

8. Fill in the blanks with the correct phrases:

a) Mấy ngày vừa qua trời mưa ....   Họ
b) Mấy năm gần đây .... Việt Nam có nhiều thay đổi lớn. vừa qua
c) Ông ấy bị ốm .... rồi.   liên tục
d) .... chuyển sang nhà mới được vài tháng rồi.   mấy hôm
e) Thời gian .... chúng tôi học tiếng Việt.   nền kinh tế

9. Translate into English:

A: Xin lỗi chị, chỗ này còn trống không ạ?
B: Tôi nghĩ chỗ đó chưa có ai ngồi, nhưng số ghế có ghi trên vé,
     anh thử kiểm tra lại xem.
A: Ghế số 4, đúng rồi, cám ơn chị.
B: Không dám.

số ghế seat number   ***ghi trên vé*** *recorded/written on the ticket*

10. Translate into Vietnamese:

A: Excuse me, where is the dining car?
B: Two cars ahead from here.
A: And where is the toilet?
B: The end of this car, on the left.
A: What time shall we pass Nha Trang, and shall we be able to see
     the Cham Towers?
B: We pass Nha Trang at 11 p.m. so we shall miss most of the
     Cham Towers, however we can see some of them which are
     located further North, tomorrow morning.

toilet phòng vệ sinh   ***pass*** *đi qua*

BÀI ĐỌC — READING TEXT 🎧

Nếu bạn muốn đi du lịch suốt dọc đất nước Việt Nam thì không có
gì thuận tiện bằng đi tàu hoả. Đi bằng máy bay bạn sẽ chẳng ngắm
được phong cảnh dọc đường, còn đi ô tô thì lâu vì nhiều quãng
đường xấu.

Tàu nhanh từ Hà Nội đi TP HCM hay ngược lại chạy khá
đúng giờ. Nhân viên đoàn tàu có thể bị phạt nếu tàu đến sớm hay
muộn. Những tàu này xuất phát từ HN hay TP HCM vào lúc 7 giờ
chiều — như vậy chuyến đi kéo dài 2 đêm và một ngày, khách sẽ

đến nơi vào lúc 7 giờ sáng, rất tiện cho công việc hoặc du lịch. Giá vé hạng nhất, có giường nằm tương đương với khoảng 30 bảng Anh. Trên tàu có phục vụ bữa sáng, trưa và chiều, ngoài ra còn có những xe đẩy bán đồ uống, điểm tâm, cộng với cả một toa ăn nữa.

Đoàn tàu xuyên Việt chạy qua rất nhiều vùng có phong cảnh khác nhau. Qua khung cửa sổ bạn có thể nhìn thấy những cánh đồng lúa nước xanh rờn miền đồng bằng Bắc Bộ với các luỹ tre bao quanh làng mạc, những cồn cát trắng phau ven biển và núi non hiểm trở miền Trung, những rặng dừa và xóm làng trù phú ở miền Nam. Khách đi tàu đặc biệt thú vị khi đi qua đèo Hải Vân giữa Huế và Đà Nẵng, nơi dãy Trường Sơn vươn ra biển Đông, tạo nên những khung cảnh vô cùng kỳ vĩ.

Nếu bạn muốn luyện tiếng Việt trên tàu thì sẽ rất thuận tiện: khác với hành khách đi tàu ở Anh, trên tàu hoả Việt Nam người ta thường chuyện trò vui vẻ và bạn có thể dễ dàng bắt chuyện với bất kỳ ai!

TỪ VỰNG — VOCABULARY 🎧

quãng đường	*section of the road*
ngược lại	*vice-versa, reverse*
nhân viên	*staff*
hạng nhất có giường nằm	*the first-class sleeper*
tương đương	*equivalent*
lưu động	*mobile*
xuyên Việt	*trans-Vietnam*
xanh rờn	*lushly green*
luỹ tre	*rings of bamboo, bamboo belt*
bao quanh	*around, surround*
làng mạc	*village and hamlet*
cồn cát	*sand dune*
trắng phau	*spotlessly white*
ven biển	*seaside*
núi non	*mountain*
hiểm trở	*dangerous, full of obstacles and difficult to access*
rặng, dãy	*row, line, range*
dãy Trường Sơn	*Truong Son range*
trù phú	*populous and wealthy*
đèo Hải Vân	*Hai Van Pass*
kỳ vĩ	*breathtaking*
tráng lệ	*magnificent*

chuyện trò, trò chuyện	*conversing, chatting*
bắt chuyện	*strike up a conversation*

BÀI TẬP VỀ NHÀ — HOMEWORK

1. Answer the following questions:

a) Đi du lịch suốt dọc đất nước Việt Nam bằng phương tiện gì là thuận tiện nhất?

b) Nếu đi bằng máy bay hoặc ô tô thì sao?

c) Tàu nhanh từ Hà Nội đi thành phố Hồ Chí Minh hoặc ngược lại mất bao lâu?

d) Tàu nhanh chạy có đúng giờ không?

e) Nếu tàu chạy không đúng giờ thì sao?

f) Giá vé hạng nhất có giường nằm là bao nhiêu?

g) Trên tàu có phục vụ ăn, uống không?

h) Qua cửa số bạn có thể nhìn thấy những gì ở đồng bằng Bắc Bộ, ở miền Trung và ở miền Nam Việt Nam?

i) Qua đèo Hải Vân có gì thú vị?

j) Hành khách trên tàu Việt Nam thế nào?

2. What should you say when...

i) you want to ask where the train to Hanoi is?

a) Xin lỗi, tàu S2 ra Hà Nội ở đường số mấy?

b) Xin lỗi, bao giờ tàu ra Hà Nội khởi hành?

c) Xin lỗi, tàu S2 có ra Hà Nội không?

ii) you discover that your friend lives in the same province as you?

a) Thế ra họ ở cùng một nơi với nhau.

b) Thế ra cậu cũng ở Hải Hưng à?

c) Thế ra cậu cũng học tiếng Việt ở Luân Đôn à?

iii) you want to tell your friend that if he/she wants to pass the exam then he/she must work harder?

a) Muốn có nhiều tiền thì phải làm việc chăm chỉ.

b) Muốn học giỏi thì phải cố gắng hơn.

c) Muốn thi đỗ thì phải học chăm hơn.

iv) you want to inform your friend that his/her uncle has been ill for a few days?

a) Mấy ngày vừa qua bác của chị bị ốm đấy.
b) Mấy ngày vừa qua họ bị cảm lạnh.
c) Mấy ngày vừa qua tôi bị cúm.

3. Copy exercises nos. 1, 4, 7, 8 and 9.

4. Make up three sentences using:

a) Thế ra
b) Muốn...... thì phải
c) vừa qua

5. Translate the Reading Text into English.

Bài Hai Mươi Tư — Unit Twenty Four

Ở sân bay
At the airport

This unit tells you how to:

- *use the phrase* **chúc anh/chị lên đường bình an!** *'have a safe journey!'*
- *construct questions with* **chứ?** *'isn't it?', 'do you?'*
- *revise the expression* **tự** + *verb* + **lấy** *'to do something by oneself*
- *use* **đề nghị, yêu cầu** *'please'.*

HỘI THOẠI HÀNG NGÀY — EVERYDAY CONVERSATION 🎧

Kiểm tra an ninh và hải quan — Security check and customs

Nhân viên: Mời chị để hành lý lên máy soi. Chị tự đóng gói lấy phải không ạ?

Lisa: Vâng, tôi tự làm lấy. Xin lỗi, máy này có an toàn cho phim ảnh không?

Nhân viên: An toàn tuyệt đối, thiết bị của chúng tôi theo đúng tiêu chuẩn quốc tế. Chị có gì phải khai không?

Lisa: Tôi có mang theo một ít đồ sơn mài và đồ chạm trổ về làm quà, không biết có phải khai không?

Nhân viên: Chắc không phải là đồ cổ chứ?

Lisa: Ồ không, tôi mua ở cửa hàng lưu niệm, có hoá đơn đây.

Thủ tục lên máy bay — Check-in

Nhân viên: Chào chị, chị đi đâu?

Lisa: Tôi đi Luân Đôn qua đường Bangkok, vé của tôi đây.

Nhân viên: Mời chị để hành lý lên cân. Hành lý của chị sẽ được chuyển thẳng đến Luân Đôn nhé.

Lisa: Vâng, xin cám ơn.

Nhân viên: Phiếu lên máy bay của chị đây, mời chị đến quầy kia nộp thuế sân bay.

Thủ tục xuất cảnh — Immigration

Nhân viên: Đề nghị chị cho xem phiếu lên máy bay và hộ chiếu. Chị đến Việt Nam công tác hay đi du lịch?

Lisa: Tôi đến Việt Nam công tác.

Nhân viên: Chị đã điền vào phiếu xuất cảnh chưa?

Lisa: Rồi ạ, phiếu xuất cảnh của tôi đây.

Nhân viên: Cám ơn chị, chúc chị lên đường bình an!

TỪ VỰNG — VOCABULARY 🎧

kiểm tra an ninh	*security check*
hải quan	*customs office*
nhân viên hải quan	*customs officer*
máy soi	*scanning machine*
đóng (va li)	*pack (suitcase)*
an toàn	*safe*
tuyệt đối	*absolutely*
thiết bị	*equipment*
tiêu chuẩn	*standard*
khai	*declare*
chạm trổ	*carve*
đồ cổ	*antique*
hoá đơn mua hàng	*bill*
đường (bay), đường (hàng không), tuyến bay	*air route*
cân hành lý	*weigh baggage/luggage*
thuế sân bay	*airport tax*
xuất cảnh	*exit*
nhập cảnh	*entry*
phiếu nhập cảnh	*entry card*
phiếu xuất cảnh	*exit card*
bình an, bình yên	*safe and sound*
lên đường	*take to the road, leave on a journey*
chúc chị lên đường bình an!	*have a safe journey!*

LANGUAGE POINTS

1. <u>Chúc chị/anh lên đường bình an!</u> is normally used to wish a safe journey to those who are leaving:

Chúc anh lên đường bình an!   Have a safe journey!
Chúc ông bà lên đường bình an!   Have a safe and sound journey!

2. Questions with <u>chứ</u>

Similar to the question words **à**, **nhỉ** and **nhé...**, **chứ** when added to the end of statements changes them into questions that expect confirmation or agreement.

Examples:

Anh vẫn khoẻ đấy *chứ?*	You are well, aren't you?
Vâng, tôi vẫn khoẻ, cám ơn chị.	Yes, I'm fine, thank you.
Anh sẽ đến *chứ?*	You will come, won't you?
Vâng, tôi sẽ đến.	Yes, I'll come.
Chắc không phải là đồ cổ *chứ?*	Surely they are not antique, are they?
Không, chúng không phải là đồ cổ đâu.	No, they aren't.

3. <u>Đóng</u> — 'to pack'

Examples:

Anh đã *đóng gói* xong chưa?	Have you finished packing yet?
Tôi vẫn chưa *đóng* xong va li của tôi.	I haven't finished packing my suitcase yet.

4. Revising the expression <u>tự</u> + verb + <u>lấy</u> — 'to to something (by) oneself'

Examples:

Chị *tự đóng vali lấy* phải không?	You packed your suitcase yourself, didn't you?
Họ thích *tự nấu ăn lấy* khi rỗi.	They like to cook by themselves when they have time.

5. <u>Đề nghị, yêu cầu</u> — 'to ask'

Đề nghị and **yêu cầu** belong to the group of verbs expressing request and expectation, similar to the verbs **mời** and **nhờ**, etc. However, **đề nghị** and **yêu cầu** should be used in more formal and polite cases.

Examples:

Đề nghị chị cho xem hộ chiếu.	Passport please.
Yêu cầu các bạn trật tự!	Please be quiet everybody!

BÀI TẬP THỰC HÀNH—PRACTICE EXERCISES

1. Create conversations as follows:

đồ dùng cá nhân	*personal belongings*
Chị có gì phải khai không?	Do you have anything to declare?
Tôi nghĩ là không. Đây là	I don't think so, these are my
đồ dùng cá nhân **của tôi.**	personal belongings.

a) một ít đồ lưu niệm bằng sơn mài
b) mấy bức tranh sơn mài
c) mấy lọ gốm Đồng Nai
d) mấy bức tranh lụa
e) mấy phiên bản của tượng phật chùa Tây Phương

lọ gốm ceramic vase   *phiên bản* reproduction
tượng phật Buddha statues

2. Construct sentences with *tự... lấy* as follows:

đóng va li	*pack the suitcase*
Chị tự *đóng va li* lấy phải không?	You packed your suitcase yourself, didn't you?
Vâng, tôi tự làm lấy.	Yes, I did it myself

a) nấu ăn
b) chữa xe đạp
c) đan áo len
d) làm việc đó
e) làm bánh sinh nhật

chữa repair   *đan áo len* knitting a pullover
bánh sinh nhật birthday cake

3. Create conversations as follows:

chúng — đồ cổ	*they — antique*
***Chúng* không phải là *đồ cổ* chứ?**	They are not antiques, are they?
Ồ không, chúng không phải là đồ cổ đâu.	Oh no, they are not antiques.

a) cô ấy — em họ của anh
b) họ — kỹ sư
c) đây — bài kiểm tra cuối năm
d) cái vali này — của anh
e) những phiếu xuất cảnh này — của họ

4. Use <u>có</u> to confirm the following questions as in the pattern:

biết ông ấy	*knew him*
Anh có biết ông ấy chứ?	You knew him, didn't you?
Vâng/có, tôi có biết ông ấy.	Yes, I did. (I did know him)

a) làm việc ấy
b) gặp họ
c) biết nấu ăn
d) đến thăm cô ấy
e) thăm các viện bảo tàng ở Luân Đôn

5. Construct sentences then translate them as follows:

Luân Đôn	*London*
Hành lý của chị sẽ được chuyển thẳng đến *Luân Đôn* nhé?	Your luggage will be transfered directly to London, won't it?

a) Paris
b) Tokyo
c) New York
d) Jakarta
e) Bangkok

6. Create conversations as follows:

Pháp — Hàng không Việt Nam	*France — Vietnam Airlines*
Anh sẽ đi Pháp bằng đường hàng không nào?	Which airline will you fly with to France?
Tôi đi *Hàng không Việt Nam*.	I'll go by Vietnam Airlines.
Chào anh, chúc anh lên đường bình an!	Good-bye, have a safe journey!

a)   Mỹ — North West
b)   Canada — Hàng không Canada
c)   Úc — Quantas
d)   Trung quốc — South China Airline
e)   Anh — Hàng không Anh

7. Use <u>tuyệt đối</u> or <u>hoàn toàn</u> to answer the following questions then translate them into English as follows:

Máy này có an toàn cho phim ảnh không?	Is this device film safe?
An toàn tuyệt đối.	Absolutely safe.

a)   Nơi anh ở có yên tĩnh không?
b)   Họ có thắng trong cuộc đua hôm qua không?
c)   Việc này có còn bí mật không?
d)   Chị có tin tưởng vào anh ấy không?
e)   Làm việc đó có vô nghĩa không?

cuộc đua race   *bí mật* secret   *tin tưởng* believe   *vô nghĩa* nonsense

8. Create conversations as follows:

soi hành lý	*scan the luggage*
Xin lỗi chị, làm thủ tục lên máy bay ở đâu?	Excuse me, where can I check in?
Chị đã soi hành lý chưa?	Have you had your luggage scanned?
Ồ, chưa ạ.	Oh, not yet.
Vậy chị đến kia soi hành lý rồi lại đây làm thủ tục lên máy bay.	So please go there to have your luggage scanned, then come back here to check in.

a)   kiểm tra an ninh
b)   kiểm tra Hải quan
c)   thủ tục xuất cảnh
d)   nộp thuế sân bay
e)   nộp tiền quá cước *(excess baggage)*

9. Fill in the following 'Arrival–Departure Card':

Phiếu Nhập Xuất Cảnh			AB 123456
Họ	Tên đệm	Tên	Nơi sinh
Quốc tịch			Nghề nghiệp
Địa chỉ nhà riêng			
Hộ chiếu số	Nơi cấp		Nhập cảnh Việt Nam lần thứ mấy?
Thị thực Việt Nam số	Cơ quan cấp		
Mục đích nhập xuất cảnh			Ký tên
Thời gian ở lại Việt Nam			

địa chỉ nhà riêng resident address   *mục đích* purpose (of journey)
cơ quan cấp issued by *thị thực số* visa number *nơi cấp* place of issue

10. Translate into English:

A: Mời ông để hành lý lên cân. 25 kg, ông phải nộp tiền quá cước đấy.

B: Ồ, có 5 kg thôi mà.

A: Vâng, 100 ngàn đồng tất cả, ông đi nộp tiền rồi lấy phiếu lên máy bay.

BÀI ĐỌC —READING TEXT 🎧

Vận tải hành khách bằng đường hàng không ở Việt nam đã có từ cuối những năm 1950, nhưng chỉ mới gần đây, với việc mở cửa nền kinh tế, ngành này mới được phát triển nhanh chóng. Ở Việt Nam có ba sân bay quốc tế lớn là Nội Bài, Tân Sơn Nhất và Đà Nẵng, cùng với hàng chục sân bay nội địa khác, các sân bay này đang được mở rộng, cải tiến và hiện đại hoá. Các thủ tục lên máy bay và xuất nhập cảnh ở các sân bay Việt Nam cũng tương tự như ở các nước khác.

Trước đây không lâu, khách nước ngoài đến Việt Nam hoặc người Việt Nam đi nước ngoài thường phải bay qua đường Bangkok hay Hồng Kông, nhưng bây giờ ngày càng có nhiều hãng hàng không nước ngoài thiết lập đường bay trực tiếp đến Hà Nội và thành phố Hồ Chí Minh.

Các đường bay trong nước cũng được phát triển mạnh để đáp ứng nhu cầu đi lại ngày càng tăng của nhân dân. Nếu muốn đi du lịch ở những vùng xa xôi như Điện Biên Phủ hay Buôn Ma Thuột, bạn có thể dễ dàng mua vé máy bay từ Hà Nội hoặc TP Hồ Chí Minh.

TỪ VỰNG — VOCABULARY 🎧

vận tải	*transport*
mở cửa nền kinh tế	*opening of the economy*
phát triển	*develop*
nhanh chóng	*quickly, fast*
hàng chục	*tens of*
nội địa	*domestic*
cải tiến	*improve*
hiện đại hoá	*modernize*
tương tự	*similar*
ngày càng	*day by day, more with every passing day*
thiết lập	*establish*
đáp ứng	*satisfy, meet*
nhu cầu	*need, demand*
tăng	*increasing*
vùng xa xôi	*remote area*

BÀI TẬP VỀ NHÀ — HOMEWORK

1. Answer the following questions:

a) Vận tải hành khách bằng đường hàng không có ở Việt Nam từ bao giờ?

b) Tại sao chỉ mới gần đây ngành này mới được phát triển nhanh chóng?

c) Kể tên một vài sân bay quốc tế ở Việt Nam.

d) Các sân bay ở Việt Nam đang được mở rộng, cải tiến và hiện đại hoá phải không?

e) Các thủ tục lên máy bay ở Việt Nam thế nào?

f)   Trước đây không lâu, muốn đi nước ngoài người ta phải đi qua những đường nào?

g)   Kể tên một vài hãng hàng không nước ngoài có mặt tại Việt Nam.

h)   Các đường bay trong nước cũng được phát triển mạnh để làm gì?

i)   Nhu cầu đi lại của người Việt Nam thế nào?

j)   Việt Nam có sân bay ở những vùng xa xôi không?

2. What should you say when...

i) you see your friend off?

a)   Chúc cậu lên đường bình an!

b)   Chúc ông lên đường bình an!

c)   Chúc ông bà lên đường bình an!

ii) you want to make sure that your friend will come this afternoon?

a)   Cậu nên đến chiều nay.

b)   Chiều nay cậu sẽ đến chứ?

c)   Chiều nay cậu có bận không?

iii) you want to tell your friend that you've finished packing your suitcase?

a)   Mình sẽ đóng va li ngay đây.

b)   Đợi mình một chút, mình đang đóng va li.

c)   Mình đóng va li xong rồi.

iv) you ask your teacher to explain a new word for you?

a)   Đề nghị thầy giảng cho em từ mới này.

b)   Đề nghị thầy giảng cho em từ khó này.

c)   Đề nghị thầy giảng cho em bài này.

3. Copy exercises nos. 3, 4, 6, 8 and 10.

4. Translate the Reading Text into English.

English translations of conversations and reading texts

UNIT 2

Everyday Conversation

A typical conversation you may have when meeting a friend:

Lan: Hello, how are you?
Nam: Hello, thank you, I am fine, and you?
Lan: Thank you, I am also fine.

Chris and Lisa meet Anne at a party

Chris: Hello, I'm Chris, I'm a reporter.
Anne: Hello Chris, I'm Anne, I'm a secretary.
Chris: May I introduce to you, this is Lisa, my friend.
Anne: Hello Lisa, it's nice to meet you.
Lisa: Hello Anne.

Lisa meets Anne in the canteen

Lisa: Hello Anne, you are a secretary, aren't you?
Anne: Yes, I am. And you, you're also a secretary?
Lisa: No, I'm not a secretary, I'm a lawyer. Unfortunately, now I'm busy, can I see you tomorrow?
Anne: Yes, good-bye.

Reading Text

My Vietnamese Class

This is my Vietnamese class. I'm Anne. I'm a secretary at a trading company in London. This is Chris, Chris is also a student in the Vietnamese Class. Chris is a reporter for the BBC Radio. Nick is not a reporter, Nick is a businessman. Michelle is a hotel receptionist and that is Helen, Helen is a lawyer.

UNIT 3

Everyday Conversation

Nick: Hello, excuse me, what is your name?
Ada: Hello, I'm Ada, and you?
Nick: I'm Nick, I'm a businessman. What do you do?
Ada: I'm a student, I'm studying at London University. Where are you working?
Nick: I'm working at an international trading company in London.

Chris: Hello everyone, may I introduce myself, I'm Chris, I'm a reporter.
Ada: Hello Chris, my name is Ada, I'm a student. And this is Nick, Nick is a businessman.
Nick: It's nice to meet you.
Chris: And who is that?
Nick: That is Pierre.
Chris: What does he do?
Nick: Pierre is a doctor, he works in a big hospital in the suburbs of London.
Chris: Who are they?
Ada: They are Lisa and Anne.
Chris: Do you know what they do?
Ada: Lisa is a lawyer and Anne is a secretary.

Reading Texts

My Friends

I have many friends in London but I would like to talk about Lan, a friend in Vietnam. Lan is a paediatrician. Lan works at the Hà Nội Children's Hospital. This hospital is in the city centre. Lan's husband is also a doctor, his name is Sơn. Sơn also works at the Children's Hospital in Hà Nội. Lan and Sơn live in the same house with Sơn's parents. Their house is very nice and spacious. Their life is very happy.

UNIT 4

Everyday Conversation

Nick: Hello Ada, how are you?
Ada: Hi Nick, I'm fine, thanks, and you?

Nick:	Thanks, I'm OK. Sorry, you are Spanish, aren't you?
Ada:	Oh no, I'm Italian. And you are English, aren't you?
Nick:	Oh no, I'm American.

Michelle:	Hello Anne, where do you come from?
Anne:	Hello Michelle, I'm Canadian.
Michelle:	And me, I'm French.
Anne:	You are from Paris, aren't you?
Michelle:	No, I live in a small town in the North of France. Can you speak French?
Anne:	Yes, I can speak French, English, Chinese and am now starting to learn Vietnamese.
Michelle:	Why do you want to learn Vietnamese?
Anne:	To help my company expand trade relations with Vietnam. Moreover, I also like languages.

Reading Text

Hello everyone, I'm Michelle, I'm French. My parents live in a small town in the North of France, but I live and work in London. I'm a hotel receptionist. My job is very busy but very interesting. Now I'm studying Vietnamese at London University. Vietnamese is not very easy but not very difficult either. The friends in my Vietnamese class come from many different countries, but everyone wants to learn Vietnamese very much.

UNIT 5

Everyday Conversation

Michelle:	Hello David, How are you?
David:	Thanks Michelle, I'm fine, and you?
Michelle:	Thanks, I'm OK. Where does your family live?
David:	My parents live in Brighton, my younger brother and I live in London.
Michelle:	Oh really, how many people are there in your family?
David:	There are four people in my family: my parents, my younger brother and I. And what about your family?
Michelle:	There are five people in my family. They are my parents, my elder brother, my elder sister and me.
David:	So you are the youngest child, aren't you?
Michelle:	Yes, I am.
David:	Where do your brother and sister live?

Michelle: My elder brother is married. His family lives in Paris. My elder sister is not yet married; she lives in our hometown with my parents.

David: Living here on your own, you must miss your family very much?

Michelle: Yes, there are times when I miss my family very much.

Reading Text

Hello everyone, I'm David, I'm English. My parents live in Brighton, my younger brother and I live in London. We live in a small flat in the North of London. In my flat, there are two bedrooms, a sitting room, a rather large kitchen and a bathroom. Every day I go to work and my younger brother goes to school.

Once a month we go back to Brighton to visit our parents. Our parents are not very old. This year my mother is 47 years old, my father is three years older than my mother. My mother teaches music at a secondary school. My father is a construction engineer. My parents' house is very nice and spacious. Behind the house there's a large garden where many kinds of flowers grow, most of them are roses.

UNIT 6

Everyday Conversation

Hoa: What time does the meeting begin?
Lan: Ten thirty.
Hoa: How long does the meeting last?
Lan: About an hour.

Lan: What time do you get up in the morning?
Hoa: Six o'clock.
Lan: Why so early?
Hoa: Because my house is far from the office. And what about you, what time do you get up?
Lan: Seven, sometimes I even get up at seven thirty.

Michelle: What time do you start work at the office?
David: Eight thirty, and what about your office?
Michelle: I work shifts. This week I do the day shift, next week I'll do the late one.
David: You are a doctor, aren't you?

Michelle: No, I'm not a doctor, I'm a hotel receptionist.

Reading Text

Michelle is a receptionist at a small hotel in the city centre. Her work is very busy. She has to work shifts. If this week she does the morning shift then the next week she will do the late one. On the day she does the morning shift, she has to get up very early, and on the day she does the late shift, she comes home very late. Her boyfriend doesn't like her to work shifts — he says it's not suitable for women because they have to leave for work early in the morning and get back very late at night.

Anne is a secretary for a trading company in London. She works normal office hours. Every day she gets up at **7:00**, has breakfast at **8:00** and goes to work at **8:30**. She arrives at her office at **9:00**. Her work is also very busy, she has to answer the phone, reply to customers' letters from around the world, receive visitors coming for business, etc. She has lunch at **1:00** p.m. in the company's canteen. Her work finishes at **6:00** p.m. On Monday, Wednesday, and Friday afternoon, after work, Anne usually goes to the fitness club. She normally has dinner at home. After dinner, Anne watches TV, listens to music or learns a foreign language. However, sometimes she feels that her work is rather monotonous. She plans to go on a trip to the Far East next year.

UNIT 7

Everyday Conversation

Sally: On which day do you learn Vietnamese?
Ada: Tuesday every week.
Sally: What time does your class begin?
Ada: Half past six. And what language do you study?
Sally: I study Japanese. My class also begins at half past six.

Hoa: What day is your birthday?
Helen: My birthday is **20 October**, and yours?
Hoa: I was born on **25 February**.
Helen: Oh, you share the same birthday as my younger brother.
Hoa: In what year was your younger brother born?
Helen: **1980**.
Hoa: Exactly five years younger than me. You know, I was born on the first day of Tet.
Helen: What is Tet?

Hoa: Oh sorry, I forgot to explain to you, Tet is the Vietnamese New Year. Vietnamese people welcome their New Year according to the Lunar calendar, that is why we normally welcome the New Year twice a year, according to both the Gregorian calendar and the Lunar calendar.

Helen: Oh, that's great!

Hoa: The children like it very much, but the parents are worried because they have to go shopping a lot.

Reading Text

This is Professor Brown. Professor Brown teaches history at London University.

Professor Brown was born on 25 April 1940 in Northampton. In 1962 he graduated from the History Department at Cambridge. In 1966 he completed his Ph.D. thesis on the history of South East Asia. In 1970 he married. His wife is also a teacher of history. She is three years younger than him.

In 1972 the couple had their first child, a son, two years later they had another child, a daughter. Mrs Brown stayed at home to take care of the children. Although at home, Mrs Brown was still able to take part in writing a book together with her husband. They are going to publish the book which is about festivals in Vietnam. They went to Vietnam many times to find out about the customs and habits of the ethnic minorities of the country.

UNIT 8

Everyday Conversation

Mai: It's nice today, isn't it?

Hoa: Yes, but it will rain in the afternoon.

Mai: Did you listen to the weather forecast?

Hoa: Yes, I did. It's warm and sunny in the morning, but in the afternoon, it will be rainy and windy.

Mai: Oh, so I have to go to the market now.

Nam: How beautiful London is in autumn!

David: This is the most beautiful season in the year, you know.

Nam: Is it cold in winter here?

David: Not very cold but it often is cloudy.

Nam: I heard that spring here is also beautiful and summer is not very hot. So which season do you like the most in the year?

David: In general I like all the seasons except for winter. As you know, it gets dark very quickly in the winter. At about 3 p.m. it is dark already.

Nam: I've never been here in winter.

David: How long have you been here?

Nam: Since September this year.

Reading Text

Lisa consults Nick about the weather in Vietnam before going there this December:

Lisa: You have been in Vietnam for some time now, haven't you?

Nick: Yes, when will you go to Vietnam?

Lisa: About the end of December.

Nick: Oh it's a good time to go. It will be winter then but it won't be very cold, it will be dry.

Lisa: I've heard that going to Vietnam in spring is better.

Nick: Spring is nice but there is drizzle. However, if going in spring you can attend traditional festivals in Vietnam such as New Year's Day, village festivals and so on.

Lisa: And what about summer?

Nick: It's very hot in summer. The temperature some days might get up to 39, 40 degrees Celsius, but sometimes there are showers.

Lisa: So what season do you think is best to go to Vietnam?

Nick: I like to go to Vietnam in late autumn. At this time it is not very hot, it's cool and pleasant.

Lisa: What about early autumn?

Nick: About late summer or early autumn in Viet Nam, there are often rains and typhoons.

Lisa: And how about the weather in Hồ Chí Minh City?

Nick: There are only two seasons all year round there, the dry season and the rainy season. The weather is moderate and pleasant; you can go there in any season.

UNIT 9

Everyday Conversation

Anne: How far is your house from your workplace?

Sally:	About 10 miles. And what about yours?
Anne:	My house is nearer, 5 miles only.

Nick:	Sorry, I'm late, because I missed my train.
Anne:	Oh, never mind, do you live far from here?
Nick:	Rather far, about 30 kilometres.
Anne:	How do you get to work?
Nick:	Every day I go to work by train. And what about you?
Anne:	I live not very far from here. Every day I go to work by the tube/subway, sometimes I also go by bus.
Nick:	How long does it take you to get here?
Anne:	About half an hour.

Reading Text

Nick works in an international trade company in London. His company is located right in the city centre. Nick lives quite far from his workplace so travelling takes up a lot of his time. Every day he goes to work by train, each time it takes him over an hour. Sometimes Nick is late for work because he misses the train.

Anne works at the same company with Nick. She lives nearer her workplace than Nick. Every day she goes to work by the tube/subway, sometimes she also goes to work by bus, each time it takes her about half an hour. Anne rarely gets to work late.

UNIT 10

Everyday Conversation

Ada:	Hello Lisa, how are you?
Lisa:	I'm fine, thank you, and you?
Ada:	I'm fine. How's your work these days?
Lisa:	Everything's fine. I am going to Vietnam to work, you know.
Ada:	Oh really? What are you going to do?
Lisa:	I'm going to work for a British consultancy in Hà Nội.
Ada:	That's wonderful! How long are you going to work there?
Lisa:	I have a two-year contract.
Ada:	I also have a friend who is in Vietnam at the moment, but she is in Hồ Chí Minh City. She teaches English to children under a charity programme.
Lisa:	Really? And what about you, when will you go to Vietnam?
Ada:	About late July.

Lisa:	Will you go with your advisor?
Ada:	Yes, our group consists of three people led by Professor Brown.
Lisa:	How long is your programme there?
Ada:	About two months.
Lisa:	Hope we will see each other in Hà Nội.
Ada:	So do I.

Reading Text

Hello everyone, I'm Lam, I'm a construction engineer. I work for a construction company in Hà Nội. As you know, construction is now a very good business in Vietnam. As the economy grows, living standard are improved, and that's why people start to think about building more beautiful and spacious houses.

If in the past, everyone liked to build their houses on the street front for the sake of business, now wealthy people, on the contrary, want to build their houses in the suburbs to avoid noise.

Besides building houses, our company also takes part in the construction of many big projects in the capital. Everyone in the company works enthusiastically, unlike in the past, when people were afraid of being made redundant.

UNIT 11

Everyday Conversation

Lisa wants to go to Vietnam; this is her conversation at the travel agent:

Staff:	Hello, what can I do to help?
Lisa:	Hello, I would like to buy an air ticket to Vietnam.
Staff:	When will you go?
Lisa:	I plan to go this Sunday, the 19th. Is there a flight on that day?
Staff:	Please wait for a moment, let me check. Oh, fortunately, we still have one seat. Are you buying a single or a return ticket?
Lisa:	I would like a return ticket. How much is it?
Staff:	£650.
Lisa:	Can I pay by cheque?
Staff:	Oh, of course.
Lisa:	What time is the flight?

Staff:	11:20 a.m. You should be at the airport two hours beforehand to check *in*.
Lisa:	Yes, thank you and good-bye.
Staff:	Not at all, good-bye.

Reading Text

Lisa is a lawyer, she is about to work for a British consultancy in Hà Nội. Lisa has planned to go since December but at that time, her company was too busy with the end of the year's work, that is why she had to postpone the trip for two months.

Now, although it is not the tourist season, every airline to Vietnam is fully booked. Overseas Vietnamese all over the world normally go to Vietnam during this time to celebrate the Vietnamese New Year, to visit their native land and relatives. Luckily, Lisa can still get a ticket from Thai Airlines. The price for the return ticket is £650. In fact, this is quite reasonable. Lisa plans to stay in Hà Nội for six months, by the end of August she will return to London to attend her brother's wedding, and by the middle of September she will come back to Vietnam. She has finished her preparations for everything already, including warm clothes because she has heard that springtime in Hà Nội can be beautiful but it can still be cold and it may often drizzle.

UNIT 12

Everyday Conversation
H.R. = Hotel receptionist

H.R:	Hello, what can I do to help?
Lisa:	Hello, I would like to rent a room, is there one available?
H. R:	Yes, do you want a single room or a double one?
Lisa:	I'd like a single room on the first floor, please.
H.R:	Yes, wait a moment please, let me check. There is a room overlooking the park, it is both nice and quiet.
Lisa:	Do you have a telephone in the room?
H.R:	Yes, every room here has a telephone and satellite TV.
Lisa:	How much is it per day?
H.R:	30 US dollars, including breakfast.
Lisa:	Is there a cheaper room?
H.R:	On the fourth floor there is a single room at 25 dollars per day. By the way, how long will you stay here? If you're staying over for a month we shall give you a 5% discount.

Lisa:	I'm staying here temporarily only, just for one or two weeks until I find a flat, this is because I shall be in Hà Nội for two years, you see. Oh, does the hotel have a lift?
H.R:	Sorry, we do not have a lift yet.
Lisa:	So let me rent the room on the first floor, please.
H.R:	Yes, here is a form, please fill in your name, nationality, address and your passport number.

Reading Text

Lisa arrived in Hà Nội yesterday afternoon. She temporarily rents a room in a small hotel near the city centre. This is a nice hotel and it is quite fully equipped. Every room has a telephone and satellite TV. Every bathroom has hot water. She has heard that next year the hotel will have a lift installed. Lisa's room overlooks the park so it's very quiet, she likes this room very much. However, Lisa still wants to find a small flat, where there is a kitchen so that she can cook by herself.

Yesterday evening, Lisa rang Lan to tell her that she has arrived in Hà Nội already. Lan is the only Vietnamese she knows. She met Lan two years ago in London. At that time, Lan was in London doing further research on epidemiology at London University.

UNIT 13

Everyday Conversation

Lisa:	Excuse me, would you mind telling me how to get to the Hà Nội Railway Station?
Passerby:	Keep going straight, then turn right at the end of this road, the station is on your left.
Lisa:	Probably it is not very far?
Passerby:	Oh no, about three or four hundred metres only.
Lisa:	Thank you very much.
Passerby:	Not at all.

Helen:	Excuse me, may I ask, how far is it from here to the City Opera House?
Passerby:	It's not very far at all, it only takes you ten minutes to walk.
Helen:	Really, please show me how to get there.
Passerby:	Keep going straight, turn left at the crossroads, the theatre is about 200 metres away from the turning point.
Helen:	Thank you.

Passerby: You're welcome.

Helen: Hello, may I ask where the International Post Office is?

Passerby: The International Post Office is quite far from here and you have to take many turns. Perhaps it's better for you to take a xichlo.

Reading Text

Lisa has been in Hà Nội for several days already. Every afternoon, she goes for a walk around Hoàn Kiếm Lake, She has visited Ngọc Sơn Temple, a historical and cultural site of Hà Nội. The scenery here is really beautiful. The weather is rather cold, similar to springtime in London which makes her feel very much homesick.

Lisa knows that there are many famous historical and cultural monuments in Hà Nội, such as Văn Miếu, the One Pillar Pagoda, and many other landmarks such as the Thày Pagoda, the Tây Phương Pagoda, the Hương Pagoda and other places. She intends to visit all those places one by one.

Tomorrow is Saturday, Lan and her husband will bring Lisa to stroll in the streets. Tomorrow evening they will go to a concert at the City Opera House. This Sunday, if Lan can manage the time, they will go to Nghi Tàm to visit the Tết flower garden of Hà Nội.

UNIT 14

Everyday Conversation

Staff: Hello, can I help you?

Lisa: Hello, I would like to send this letter to London.

Staff: Put the letter on the scales, please. Do you want to send it normal or registered?

Lisa: Normal, please.

Staff: 8,200 dong for the stamp, please.

Lisa: Yes, and I'd like to buy five envelopes and five domestic stamps as well. How long will it take before my family receives the letter?

Staff: Normally about 10 to 12 days.

Lisa: Thank you.

Customer: Hello Miss, do you have fax service here?

Staff: Yes, there is, where do you want to send the fax?

Customer:	London, how much is it per page?
Staff:	The first page is 50,000 dong, the following pages cost 40,000 each.
Customer:	I'm sending this page only, here is the money.
Staff:	Please keep the money, let me send the fax first, I will only take the money if it gets through.

Reading Text

A postcard

Last year Rosamond studied in the same Vietnamese class with us. Now she is in Vietnam. She teaches English to Vietnamese children. Unexpectedly, last week we received a postcard from Hồ Chí Minh City. This is her postcard:

Hồ Chí Minh City, 27th February, 1996

Dear Friends,
I'm now in Vietnam, here I am both a teacher and a student at the same time. It means that I am teaching English to Vietnamese people while learning Vietnamese at a university in Hồ Chí Minh City. My job is very hard but very exciting. My Vietnamese is much better than before. What about your Vietnamese now?
See you in London, and we shall speak to each other in Vietnamese.
Love,
Rosamond.

UNIT 15

Everyday Conversation

Hoa's husband:	Hello…
Lan:	Hello, good morning, can I speak to Hoa, please.
Hoa's husband:	I'm sorry, my wife has just left for the market. Would you like to leave a message?
Lan:	Oh, there's nothing of importance, I'm just ringing to ask after Hoa and the family. I'm Lan, I've just arrived from Hồ Chí Minh City. I'll ring back this afternoon.
Hoa's husband:	Thank you very much.

Staff on duty:	Hello, this is the X Factory, what can I do to help?
Client:	Good morning, can I speak to Mr Long please.
Staff on duty:	Which Mr Long would you like to speak to: Mr Long the director or Mr Long the engineer?
Client:	Mr Long the director, please.
Staff on duty:	A moment please, I'm connecting you right now... You're through now.
Client:	Thank you.
Operator:	Hello, this is directory enquiries, how can I help you?
Customer:	Hello, would you mind telling me how to make an international call directly?
Operator:	Which country do you want to ring?
Customer:	London, England, please.
Operator:	Please dial 00 44 then dial your London number. 00 is the exit code, 44 is the entry code to Britain.
Customer:	Thank you.

Reading Text

Lisa is going to Hồ Chí Minh City on business for a week. Someone has advised her to go by plane which is both fast and less tiring, someone else has told her to go by train which is both cheap and convenient for enjoying the scenery along the route. It's really difficult to decide!

Lisa rang to get advice from Lan but Lan was not at home. When Sơn (Lan's husband) was told about her problem, he laughed and said that at first, he thought it was something complicated, but if this was the only problem for her, then he could suggest some ideas to help. In his opinion, Lisa should fly to Hồ Chí Minh city and take the train back to Hà Nội. On the way back, if she has time, she should make stopovers at famous places, such as Chàm Tower, Nha Trang, Hội An, Đà Nẵng, Huế, etc. Sơn advised Lisa to book the ticket a couple of weeks beforehand, otherwise it would be hard to obtain a ticket during the holiday season. He also gave Lisa the phone number of the Hà Nội railway station to book the ticket as well.

UNIT 16

Everyday Conversation

At the market

Seller:	Please buy some fruit, Miss.

Customer:	How much is a papaya?
Seller:	Which one do you want?
Customer:	That one, the biggest one.
Seller:	2,000 dong, let's see, this papaya is very good.
Customer:	1,800, is it OK?
Seller:	1,800 is too cheap... OK, then I'll make this first sale in the morning for you (for luck). Do you want to buy anything else?
Customer:	No, thank you.

At the department store

Shopkeeper:	Hello, can I help you?
Customer:	Hello, I would like to buy a pair of leather shoes.
Shopkeeper:	What colour would you like?
Customer:	Do you have black?
Shopkeeper:	Sorry, they are sold out.
Customer:	So do you still have brown ones?
Shopkeeper:	Yes, what size are you?
Customer:	Size 42. Can I try them on?
Shopkeeper:	Oh, of course, do try them, please.

Reading Text

Lisa has moved to a small flat near her office. Although small, this flat is rather comfortable and has a kitchen as well. Sometimes, when she has time, she likes to cook at home.

Lisa often goes to the market, sometimes just to watch people buying and selling. The fruits here are really fresh and delicious, she likes bananas, mangos, oranges and many other tropical fruits very much. It is an interesting thing that she has become a regular customer of a fruit- seller in the market. Lisa has learnt from her many new words, the meanings of which would be very difficult to imagine through reading books alone, for example: the first buyer of the day, banana ripe before picking, etc. Regarding the names of the fruits, there are no complaints! Lisa knows a lot. The fruitseller needs only to pronounce the words in Vietnamese once or twice and Lisa can remember, almost immediately.

Opposite the row of the fruit stall there is a florist's shop. There are flowers of many kinds, with all the bright colours and pervasive scents. A small mystery for Lisa is that people buy the smallish parcels of flowers, wrapped in fresh leaves and tied with bamboo strings on the outside. A colleague explained to her that the flowers people bought in small parcels are the offerings for worship, which normally takes place twice in a lunar month, on the first day and the fifteenth day.

UNIT 17

Everyday Conversation

Sơn: Hello, Give us a table for three, please. (Arrange us a table for three, please.)

Waiter: Follow me, please. Here is the menu of our restaurant. What would you like to drink?

Lan: Lisa, you'll drink wine, won't you?

Lisa: I would like to have a juice first, either an orange juice or a mango juice is fine.

Sơn: I'll drink beer and what about you, Lan?

Lan: I'll also drink an orange juice first.

Sơn: (Give us) a beer and two orange juices, please.

Lan: Lisa, choose some dishes, please.

Lisa: Lan, you choose for me, I know very little, but I like spring rolls.

Lan: Of course, we must have spring rolls. I still remember that you like this dish. So would you like chicken soup or sea crab soup?

Lisa: Sea crab soup.

Lan: I also like crab soup, and Sơn likes the chicken one. What else shall we order, I wonder?

Sơn: Have you tried stir-fried beef with mushroom yet, Lisa, and the fried chicken with lemon grass and chilli, but if you cannot eat spicy food, then we'll have roast chicken instead. Lan, don't forget that this restaurant is very well known for its steamed fish and sour fish soup, will you?

Lisa: It sounds very good!

Waiter: Are you ready to order?

Lan: We would like to have two sea crab soup, one chicken soup, spring rolls for three, one plate of stir-fried beef with mushroom, one steamed fish, half a roast chicken, a bowl of sour soup and plain rice for three.

Waiter: And what about dessert?

Lan: Let us order that later, perhaps we shall have fruit only.

Reading Text

Lisa likes cooking very much, she has already bought a Vietnamese cook-book to practise. Vietnamese food is very delicious but it takes a lot of time to prepare, that's why Lisa tries to prepare simple dishes only. For example, stir-fried vegetables with beef, pork or chicken are simple dishes, but they are tasty. She can make chicken salad very skilfully and although she likes spring rolls very much, she dares not try to cook them because the process is too complicated.

When not busy, however, she enjoys cooking at home, and even then, she cooks dinner only. She usually has lunch with her friends in the popular food stalls or in a restaurant near her office. In that restaurant, there are all kinds of Asian and European foods which makes it very convenient for her. She likes French food cooked by Vietnamese chefs very much. For breakfast, she often goes to the nearby food stalls, sometimes she has rice noodle soup, or steamed stuffed pancakes, or sticky rice with dried lean pork, and sometimes she also has pork luncheon sandwich, etc.

Vietnamese coffee is very delicious, when she has free time, Lisa often goes to the coffee shops with her friends. But Lisa is not very familiar with Vietnamese tea, a weak tea is not so bad, but a strong tea normally keeps her awake at night.

UNIT 18

Everyday Conversation

Lisa:	Good afternoon, is this Sơn and Lan's house, aunty?
Mrs Vân:	That's right, Miss. Please come in. It's very nice of you to come to see us! Lan, you have a visitor.
Lisa:	My name is Lisa, aunty.
Mrs Vân:	You speak Vietnamese very well, I have heard Lan and Sơn talking about you frequently. Please take a seat. So are you familiar now with life here?
Lisa:	There are still many things not familiar to me, but it's very exciting.
Long:	Hello grandmother, hello...
Mrs Vân:	Are you home already? You can call Miss Lisa an aunt, Miss Lisa is a friend of Aunt Lan. May I introduce to you, this is Long, he is my maternal grandson, his mother is Hà, Sơn's older sister. His parents are in the South to visit his paternal

	grandparents, that's why he has been here with us for some days now.
Lisa:	Hello Long, how old are you?
Long:	I'm 11 years old.
Mrs Vân:	Have a cup of tea, please, perhaps Lan is halfway through in the kitchen.
Lan:	I've finished things already mum. Hi Lisa, was it hard to find my home?
Lisa:	Hi Lan, not at all, because I followed the sketch map which you drew for me.
Lan:	How did you get here?
Lisa:	I used my bicycle.
Mrs Vân:	Heavens, the streets are so busy, and you're still able to go by bicycle, you must be careful OK.
Lan:	Don't worry mum, in London Lisa used to go everywhere by bicycle, you know.
Lisa:	At first, I was very scared, but after sometimes, I now feel it's OK.
Mrs Vân:	You two keep talking, I'll go to the kitchen to see what is going on.
Lan:	Mum, stay here and talk with us, I have prepared everything already, we only need to wait for my husband to come back, then we shall have dinner.

Reading Text

Mr and Mrs Vân have two children, a daughter and a son: the daughter is called Hà, the son is called Sơn. Both Hà and Sơn are married. Hà's husband is Hưởng. Hà and Hưởng have a son named Long. Sơn and Lan, as you know, have not got children yet.

Hưởng is a son-in-law of Mr and Mrs Vân, and is a brother-in-law of Sơn and Lan.

Mr and Mrs Vân are Hưởng's parents-in-law (parents of his wife) and the parents-in-law of Lan (parents of her husband). They are Long's maternal grandparents.

Lan is Mr and Mrs Vân's daughter-in-law and Hà's and Hưởng's sister-in-law.

Long is Mr and Mrs Vân's maternal grandson. Long refers to Sơn as uncle and Lan as aunt. Sơn and Lan call Long 'nephew'.

Mr and Mrs Vân, and Mr and Mrs Toàn are related by their children's marriage.

Mr and Mrs Toàn have two sons named Hưởng and Hân. Both of them are married. Hưởng's wife is named Hà and Hân's wife is Hoàn.

Hà and Hoàn are Mr and Mrs Toàn's daughters-in-law and are sisters-in-law. Hưởng and Hà have a son named Long as you already knew. Hân and Hoàn have a daughter named Hoa.

Long and Hoa are Mr and Mrs Toàn's paternal grandchildren and are cousins to each other.

Mr and Mrs Toàn are Long and Hoa's paternal grandparents and are Hà and Hoàn's parents-in-law.

Long calls Hân as uncle and Hoàn as aunt. Hân and Hoàn call him nephew.

Hoa is also Mr and Mrs Toàn's granddaughter. Hoa calls Hưởng 'uncle' and Hà, 'aunt'.

UNIT 19

Everyday Conversation

Doctor: Good morning, please take a seat, what is the matter with you?

Patient: Doctor, I've got a headache and a runny nose, it is very uncomfortable.

Doctor: How long have you been suffering from these symptoms?

Patient: Since yesterday afternoon, perhaps after I was caught by the rain.

Doctor: Oh, it was a terrible shower yesterday. It hasn't rained like that for a long time, don't you think so? Do you feel any pain in your throat?

Patient: It is a bit sore.

Doctor: Do you have a temperature?

Patient: I didn't take it.

Doctor: It doesn't matter, I'll take your temperature now, don't be worried like that, you've probably only got a cold. Please open your mouth, I'll check your throat... that's all right, I'll make prescription now, please go to the pharmacist on the other side of the road to buy the medicine. Remember to take the right dose according to the instructions, after three days, if you don't feel better, then come to see me again, OK?

Patient: How many times a day do I have to take the medicine?

Doctor: Three times after meals.

Patient: Thank you doctor.

Doctor: Not at all, good-bye.

Reading Text

Treatment in Vietnam

When going to Vietnam on tour or on business, if you get a common illness such as a cold, flu, or stomach-ache because of the strange food etc., you can go to any large pharmacy, where you can buy all kinds of medicines you need.

If you get other more complicated illnesses, then you should go to the hospital. Hà Nội, Hồ Chí Minh City and other big cities have special hospitals for foreigners but, in case of emergency, you can go to any hospital, in fact you should go to the nearest one.

Together with modern methods of treatment, the Vietnamese people have also been for long time using traditional methods, which are called Oriental Medicine. People who have chronic troubles such as arthritis, headache, eczema etc., often use Vietnamese medicine, Chinese medicine or accupuncture. These treatments are for the long-term and normally take more time than Western treatments.

In Vietnam, the local medical personnel can handle many complicated cases such as liver operations, heart transplants, operations for the separation of conjoined twins, etc. In general, however, the material base of the Health Service is rather poor, and the modern machinery aiding treatments are still very rare. That is why people are encouraged to live a healthy and hygienic lifestyle, for it is believed that 'prevention is better than cure'.

UNIT 20

Everyday Conversation

Sơn, Lan and Lisa are strolling in the old streets of Hà Nội

Sơn: This is the Hàng Bạc Street, we are right in the centre of the old quarters of Hà Nội.

Lisa: Oh, is this the 36 Streets area?

Sơn: That's right. It could be said that this is the oldest area of Hà Nội.

Lisa: Is it true that Hà Nội was established in the 11th century?

Lan: Yes, Hà Nội was chosen to be the capital in the 11th century. At that time, it was given the name of Thăng Long

(Ascending Dragon).

Lisa: The trading scene here is really bustling!

Lan: In the past, each street produced and traded in a particular type of goods, therefore the names of the streets were formed after that. This Silversmith Street originally was the place where all kinds of silverware and jewels were produced and sold. Basket Weaver Street on the other side was the place where bamboo baskets were made and sold.

Lisa: Are these streets still selling goods according their name?

Lan: Some streets only. Tin Street is still selling tin wares. Scales Street is now selling children's toys. Silk Street is selling all kinds of goods but most of them are ready-made clothes.

Reading Text

Before going to Vietnam, I already read some books and newspapers about the history and the people of Vietnam. I knew that Vietnam is a fascinating country, with many spots of natural beauty, historical and cultural monuments. Especially, Vietnam has over three thousand kilometres of coastline with many well-known beaches such as Hạ Long, Sầm Sơn, Cửa Lò, Đà Nẵng and Vũng Tàu.

Vietnam is a country where over 70% of the population lives in the rural areas. Water rice is the main food crop, and because of this, almost everywhere you go, you can see flat paddy fields. Although the cities of Vietnam are developing quickly, they still retain many of their unique features. Forests and mountains occupy nearly three quarters of the total land area. Vietnam has many rivers and streams. The two largest rivers are the Red River and the Mekong River which create two rich and fertile delta areas.

The number of visitors to Vietnam is on the increase day by day, especially the young tourists. You can see them everywhere, in urban areas as well as in the rural areas and mountainous regions. They travel by plane, train or car. Some even prefer to use bicycles or motorbikes to explore the length of the country. Although travelling like this is tiring, you can enjoy the full diversity of the natural scenery.

UNIT 21

Everyday Conversation

Staff: Hello, this is the Hà Nội Railway Station...

Customer: Hello, I'm ringing to ask if I can book tickets in advance.

Staff: Yes, we run a house delivery service for the requests of customers. What destination do you want to buy the ticket for?

Customer: I want to buy an express train ticket from Hồ Chí Minh City to Hà Nội. I wonder if I can make stops during the journey, at Nha Trang for two days, Đà Nẵng one day, and Hue for two days?

Staff: Yes you can, please indicate the date you want to travel and we will arrange it for you. Have you got the train timetable yet?

Customer: Yes, I have. I wonder if I can pay in pounds sterling?

Staff: Sorry, we accept Vietnamese dong only, but you can exchange money at a bank branch near the station.

Customer: Thank you for your help, good-bye.

At a bank branch

Customer: Hello, I want to change £100 into Vietnamese dong, What is the exchange rate for today?

Staff: Hello, the rate for today is on that board, £1 will buy 19,225.33 dong.

Customer: The rate is quite stable, isn't it?

Staff: Yes, it is, for the last two weeks fluctuations were negligible.

Reading Text

To have better control when renting a hotel room, buying a ticket to the cinema, theatre, opera or concert etc., you can make a phone call to book beforehand.

If you want to reserve the best seats, or to keep a seat for yourself at any cost, you may have to pay a deposit, which is called 'tiền đặt cọc'. This deposit can vary, at some places it may be required to pay from 10% to 20% of the actual costs, at some other places you may have to pay up to 30% or even more.

In Vietnam people are used to spending money in cash. In the past, cheques and bank accounts were used only for transactions between government offices, state-owned firms and banks, while personal transactions were made in cash only. This was one of the inconveniences for foreign guests who were accustomed to spending their money with the use of cards, cheques or bank accounts.

Recently, things have become more convenient as the banking sector has started to introduce the use of personal cheques, some places such as hotels and shops now accept traveller's cheques, credit cards, Visa cards and other cards of certain foreign banks.

UNIT 22

Everyday Conversation

Hùng: Are you free this evening? Let's go to the cinema.
Bảo: What film are you going to see?
Hùng: 'Late Summer Rain' directed by Nguyen Văn A., I have heard that it is very interesting.
Bảo: Do you know in which cinema?
Hùng: All the big cinemas in Hà Nội, but for two days only.
Bảo: Why so?
Hùng: You don't know why? To open this Film Festival they will show all the prize-winning films one by one and those films that are popular with the audience.
Bảo: Oh, really, so I'll make use of this time to see other films as well.
Hùng: It sounds like you are in a dream, not knowing anything that is happening around you!
Bảo: It is really so. From the day we bought the video-cassette recorder, I rarely go to the cinemas.
Hùng: If everyone were like you then all the cinemas would probably have to shut down.
Bảo: Don't say that, we are going, aren't we? Oh, what about the tickets, can we buy them before the film starts?
Hùng: I have bought them already for tonight, let's all go.

Hùng: So what do you all think of this film?
Mai: It is a sad film and very moving. I like the performance of the female characters.
Bảo: I think this is one of the most interesting films I have ever seen.
Thành: Although the content was rather simplistic, in general this is a good film.
Hồng: Yes, the characters acted very well, but if I were the director I would develop some more interesting situations.

Reading Text

In the past, as a group of friends we used to go to the cinema very often, almost on every Saturday. We saw many films, Vietnamese as well as foreign films. We wanted to find out from the films everything about everyday life, the history and culture of other countries in the world. Friends used to call us the 'cinephiles'.

I liked colour and wide-screen films but did not like seeing films on video as people often do now. Of all types of film, I liked the ones with historical themes. Among my friends, some liked horror films, others liked detective films. After watching each film, we sat and discussed the main character, the traits of each character, their acting styles and their costumes, too. We acted as if we were talented cinema critics. Now, looking back, I feel we were really childish at the time.

Years have passed, now we all have grown up, everybody has his or her own job, there is very little opportunity to meet each other and go to the cinema together. But I know that each of us still very much treasures our carefree youth of that far-gone time.

UNIT 23

Everyday Conversation

Loudspeaker: *Attention, please. Will passengers of the S2 train to Hà Nội board the train at platform number 3, please!*

Loudspeaker: *Attention passengers of the S2 train to Hà Nội! The train will leave in 5 minutes, please board the train immediately!*

Lisa: Excuse me, this is sleeper number 5, isn't it?

Old lady: Yes, that's right... Oh, you can speak Vietnamese?

Lisa: Yes, I can, but only a little.

Old man: Put your luggage under this bench. Let me give you a hand.

Lisa: Thank you very much.

Old lady: Are you also going directly to Hà Nội?

Lisa: I won't go straight to Hà Nội but will make stopovers in Nha Trang, Đà Nẵng and Huế before going to Hà Nội.

Old man: You speak Vietnamese very fluently, how long have you been learning Vietnamese?

Lisa: I started to learn it for some time in London, but it is mainly because of the recent months in Hà Nội that I could practise a lot.

Old man: That's right, he who wants to have a good command of a foreign language must practise regularly. Sorry, can I open the window?

Lisa: Yes, of course. I wonder if this train has a dining car, I want to buy some drink.

Old lady: Yes, it has, the dining car is two cars ahead from here. But in a couple of minutes when the train starts moving, there will be a trolley service coming to each car to sell things.

Reading Text

If you would like to travel along the country of Vietnam then there's nothing so convenient as the train. If you travel by plane you will not be able to watch the scenery along the way, and if by car it would take a long time because of the many bad sections of the road.

The express trains from Hà Nội to Hồ Chí Minh City and back usually run on time. The train staffs can be fined if the train is early or late. These trains start from Hà Nội or Hồ Chí Minh City at 7 o'clock in the evening. As the whole journey takes two nights and one day, the passengers will arrive at 7 o'clock in the morning, and that is very convenient for work or tourism. Tickets for the first-class sleeper are equivalent to £30 sterling each. On the train, breakfast, lunch and dinner are served and, in addition, there are mobile trolleys selling drinks, snacks and there is even a dining carriage.

The trans-Vietnam trains run across many areas with different landscapes. Through the window you can see the fields of lushly green water rice of the Northern plains with rings of bamboo surrounding the villages; the spotlessly white sand dunes along the coastline and inaccessible mountain ranges in Central Vietnam; the rows of coconuts in the populous and prosperous villages of the South. The train journey is especially interesting when you cross the Hải Vân Pass between Huế and Đà Nẵng where the Trường Sơn range reaches out to the East Sea, creating breathtaking sceneries.

If you want to practise Vietnamese on the train, then this is very convenient: unlike the passengers on British trains, on Vietnamese trains people usually converse happily and you can easily strike up a conversation with anybody.

UNIT 24

Everyday conversation

Security check and customs

Staff: Please put your baggage on the scanning machine. You packed your own suitcase, didn't you?

Lisa: Yes I did it myself. Excuse me, is this machine film-safe?

Staff:	It is absolutely safe, our equipment is of international standards. Have you got anything to declare?
Lisa:	I brought with me some lacquer products and wooden carvings as presents, I wonder if I have to make a declaration?
Staff:	They are not antiques, are they?
Lisa:	Oh, no, I bought them at a souvenir shop and there is a receipt here.

Check-in

Staff:	Hello, where are you going?
Lisa:	I'm going to London via Bangkok, here is my ticket.
Staff:	Please put your luggage on the scales. Your luggage will be transferred directly to London, is that OK?
Lisa:	Yes, thank you.
Staff:	Here is your boarding pass, please go to that stall to pay your airport tax.

Immigration

Staff:	Please show your boarding pass and passport. You came to Vietnam on business or for tourist purposes?
Lisa:	I came to Vietnam on business.
Staff:	Have you filled in the exit card?
Lisa:	Yes, here is my exit card.
Staff:	Thank you, have a safe journey!

Reading Text

Passenger transport by air routes in Vietnam has been possible since the late 1950s, but it is only recently, with the opening of the economy, that this mode of transport has been able to develop quickly. In Vietnam the three largest international airports are Nội Bài, Tân Sơn Nhất and Đà Nẵng. There are a dozen of other domestic airports, all of them are being enlarged, improved and modernized. The check-in and immigration procedures at Vietnamese airports are quite similar to those in other countries.

Not long ago, foreign visitors to Vietnam or Vietnamese people going abroad usually had to fly via Bangkok or Hong Kong, but now, more and more foreign airlines are establishing direct routes to Hà Nội and Hồ Chí Minh City.

Domestic flights are also being strongly developed to meet the increasing demands of the people. If you want to travel to remote areas such as Điện Biên Phủ or Buôn Ma Thuột, you can easily buy air tickets for these flights from Hà Nội or Hồ Chí Minh City.

Key to selected exercises

UNIT 2

Homework 3: i) a; ii) b; iii) c; iv) b.

UNIT 3

Homework 3: i) b; ii) c; iii) c; iv) a.

UNIT 4

Practice exercise 7: a) ai; b) ở đâu; c) của ai; d) nước nào; e) gì.

Homework 3: i) a; ii) a; iii) b; iv) c.

UNIT 5

Homework 3: i) a; ii) b; iii) a; iv) a.

UNIT 6

Homework 3: i) a; ii) b; iii) c; iv) c.

UNIT 7

Homework 2: i) a; ii) b; iii) a; iv) a.

UNIT 8

Practice exercise 8: Today, it is cloudy in the morning, at noon and in the afternoon the clouds will get thinner, it will be sunny with a light wind. The maximum temperature is 21°C.

Homework 2: i) a; ii) a; iii) c; iv) a.

UNIT 9

Homework 2: i) a; ii) b; iii) a; iv) c.

UNIT 10

Practice exercise 4: a) This song was composed by Van Cao. b) The Tale of Kieu was written by Nguyen Du. c) Romeo and Juliet was written by William Shakespeare. d) The trade delegation led by the Minister of Trade came to Vietnam yesterday afternoon. e) This poem was written by whom?

Practice exercise 6: a) Make up sentences following the pattern. b) Make up questions following the pattern. c) Follow me. d) Read after me, please. e) Answer following the pattern.

Homework 2: i) a; ii) b; iii) a; iv) a.

UNIT 11

Homework 2: i) a; ii) b; iii) c; iv) a.

UNIT 12

Homework 2: i) a; ii) b; iii) c; iv) a.

UNIT 13

Homework 2: i) a; ii) b; iii) c; iv) a.

UNIT 14

Practice exercise 5: a) Anh gửi cho anh ấy cái gì? b) Cha mẹ của cô ấy tặng cho ai một căn hộ xinh xắn? c) Nhà trưởng đã thưởng cho ai một chuyến đi tham quan thành phố? d) Mẹ chị gửi cho chị cái gì? e) Anh ấy cho ai mượn ô tô để đi du lịch?

Homework 2: i) a; ii) b; iii) c; iv) a.

UNIT 15

Practice exercise 10: a) Một nhà lãnh đạo; b) Một nhà ngoại giao; c) Một nhà chính trị; d) Một nhà kinh doanh; e) Một nhà nhiếp ảnh.

Homework 2: i) a; ii) a; iii) b; iv) c.

UNIT 16

Homework 2: i) b; ii) a; iii) b; iv) b.

UNIT 17

Homework 2: i) a; ii) b; iii) c; iv) c.

UNIT 18

Homework 2: i) a; ii) b; iii) c; iv) a.

UNIT 19

Practice exercise 10: Paracetamol, viên; chuyên trị đau đầu, đau khớp, đau bụng hành kinh và cảm cúm.

Liều lượng: Người lớn và trẻ em trên 12 tuổi uống từ một đến hai viên cách nhau 4 tiếng, có thể uống tới 4 lần trong một ngày. Nếu các triệu chứng vẫn kéo dài liên tục hơn ba ngày thì hỏi ý kiến bác sĩ.

Homework 2: i) a; ii) b; iii) c; iv) a.

UNIT 20

Homework 2: i) a; ii) b; iii) c; iv) a.

UNIT 21

Practice exercise 10:

Customer: We would like to buy a group ticket for the children to go to the circus this Sunday.

Ticket seller: On Sunday we have three performances: in the morning, afternoon and evening with different ticket prices. Which show do you want?

Customer: We plan to go in the morning, what time does the show start?

Ticket seller: 10 a.m. We shall make a 20% discount for children going with their schools.

Homework 2: i) a; ii) b; iii) c; iv) a.

UNIT 22

Homework 2: i) a; ii) b; iii) c; iv) a.

UNIT 23

Practice exercise 9:

A: Excuse me, is this seat vacant?
B: I think it is not occupied, but the seat number is on the ticket, check it again, please.
A: Seat number 4, that's correct, thank you.
B: You're welcome.

Practice exercise 10:

A: Xin lỗi chị, toa ăn ở đâu?
B: Cách đây hai toa về phía trước.
A: Thế còn phòng vệ sinh ở đâu ạ?
B: Cuối toa này, về bên trái.
A: Mấy giờ chúng ta sẽ đi qua Nha Trang, và chúng ta có thể nhìn thấy Tháp Chàm không ạ?
B: Chúng ta sẽ đi qua Nha Trang lúc 11 giờ đêm, nên có thể sẽ không xem được hầu hết các tháp, tuy nhiên chúng ta vẫn có thể nhìn thấy một vài cái ở xa hơn về phía bắc, vào sáng mai.

Homework 2: i) a; ii) b; iii) c; iv) a.

UNIT 24

Practice exercise 10:

A: Please put your luggage on the scale. 25 kg, you have to pay for the excess weight.
B: Oh, it is 5 kg only.
A: Yes, 100 thousand dongs in all, please pay over there, then come here to collect the boarding card.

Homework 2: i) a; ii) b; iii) c; iv) a.

Từ vựng Việt–Anh
Vietnamese–English glossary

A

ai who
ai cũng everyone, everybody
an toàn safe
Anh British
anh cả oldest brother
anh có khoẻ không? how are you?
anh chị em họ cousins
anh ấy he
anh rể brother-in-law
áo shirt
áo ấm warm clothing
áo len pullover
áo mưa raincoat
ăn eat
ăn sáng have breakfast
ăn tối have dinner
ăn trưa have lunch
âm lịch lunar calendar
ẩm humid
ấm warm

B

ba three
ba phần tư three quarters
bà grandmother
bà ngoại maternal grandmother
bài hát song
bài thơ poem
bản sắc unique character
bản sao a copy
bản Sonat ánh trăng Moonlight Sonata
bảng giờ tàu train timetable
bảo vệ luận án tiến sĩ to defend a Ph.D. thesis, to have a viva
bãi biển sea beach
bác sĩ doctor
bán mở hàng to make a first sale in the day
bán sell
bánh cuốn steamed stuffed pancakes
bánh mỳ kẹp giò chả luncheon pork sandwich
bánh sinh nhật birthday cake
bạn friend, you (friendly)
bạn tôi my friend
bát sứ china bowl

bếp kitchen
bao lâu how long
bao quanh around, surround
bao xa how far
bão typhoon, storm
bằng by (means of)
bằng bất cứ giá nào at any cost
bằng phẳng flat
bắt đầu to begin, to start
bắt chuyện strike up a conversation
bao giờ, khi nào, lúc nào when
bận, bận rộn busy
bất cứ any
bất cứ nơi nào anywhere
bất cứ người nào anybody
bất cứ việc gì any job
bất ngờ unexpectedly
bất tiện inconvenient
bây giờ now
bên cạnh side
bệnh viện hospital
bia beer
biết know
biết rõ mọi chuyện understand everything clearly
bình an, bình yên safe and sound
bình luận comment on
bình phục recover (from an illness)
bí mật secret
bị be, suffer (from something)
bị giảm biên chế being made redundant
bị nhỡ tàu miss the train
bị thất nghiệp be unemployed
bò xào nấm beef stir-fried with mushroom
bò xào nấm, hành tây stir-fried beef with mushroom and onion
bong ra fall out
bó bột make a cast
bọn trẻ children
bộ đồ ăn tableware set
bố, cha, ba father
bố mẹ chồng parents-in-law, husband's parents
bố mẹ vợ parents-in-law, wife's parents
bố mẹ, cha mẹ, ba má parents
Bộ Thương mại Ministry of Trade

bộ trưởng minister, secretary of state for
bôi thuốc, xức thuốc apply medicine
bờ biển coastline
bờ sông bank
buôn bán business, trading
buổi liên hoan the party
buổi tối evening
buồn sad
buồn cười funny
buồng tắm bathroom
buộc bằng lạt tie with bamboo strings
bức điện telegram
bức tượng gỗ wooden statue
Bưu điện Quốc tế International Post
   Office
bưu kiện large parcel
bưu phẩm small parcel
bưu thiếp postcard

C

ca case
ca đêm night shift
ca ngày day shift
Canada Canada
cà phê sữa, cà phê nâu coffee with milk
cá fish
cá bỏ lò grilled fish
cá chép carp
cá hấp steamed fish
cá nhân individual, personal
cá rán/cá chiên fried fish
cá thu mackerel
cá và khoai tây rán fish and chips
các bạn friends
các bạn you (plural)
các bạn thân mến dear friends
các bạn thấy đấy as you see/know
các vị you (polite)
cách be distant, be away
cách way, method
cải lương renovated opera
cải tiến improve
cảm động be moved
cảm lạnh cold
cảm thấy feel
cảnh sắc thiên nhiên natural scenery
cám ơn, cảm ơn thank you
canh cá chua sour fish soup
cánh đồng lúa paddy field
cay hot, spicy
cắm trại camping
căn hộ flat
căng tin canteen
cân scale
cân hành lý to weigh luggage
cần need

cẩn thận be careful
cấp cứu emergency
câu lạc bộ sức khoẻ fitness club
cầu bridge
cây lương thực food crop
cây số, ki lô mét (km) kilometre
chàm eczema
chạm trổ carve
chào anh / chị hello Mr/Mrs
chào tạm biệt goodbye
cháu gái niece
cháu nội paternal grand-child
cháu ngoại maternal grand-child
cháu trai nephew
chạy,chuyển bánh, khởi hành, lên
   đường to run, to start, to depart
chắc perhaps
chăm làm hard-working
chăm sóc take care of, look after
chẳng hạn như such as
châm cứu acupuncture
châu Âu Europe
châu thổ delta
chèo popular opera
chi tiết details
chi show, point me to
chi... thôi only
chi dẫn instruction, direction
chi dẫn điện thoại directory enquiries
chị (em) gái elder (younger) sister
chị có biết...? do you know...?
chị em dâu sisters-in-law
chia tay depart, say good-bye
chiếm occupy
chiếu show, release, put on TV
cho đến khi until
cho vay lend
chóng mặt, hoa mắt dizzy
chỗ làm việc, nơi làm việc work place
chợ market
chơi cờ play chess
chủ động take the initiative
chủ yếu essential, mainly
chú uncle
chú ý attention
chú, bác (trai) uncle
Chúc chị lên đường bình an! have a safe
   journey!
chúng mình we (friendly)
chuối chín cây banana ripe before
   picking
chuẩn bị prepare
chuyên trị special treatment
chuyển (fax) send (a fax)
chuyển bánh start moving
chuyển tiền transfer money

chuyện trò, trò chuyện conversing, chatting
chứ certainly
chưa not yet
chữa repair, cure, treat
chữa bệnh treatment, cure
chương trình programme
có to have, there is/are
có khi, có lúc sometimes
có lẽ maybe
có mây cloudy
có mặt be, be present at
có nghĩa là (it) means that
có thể can, probably
cồn cát sand dune
con, con cái child, children
con dâu daughter-in-law
con rể, son-in-law
con trai đầu lòng the eldest son
con út youngest child
còn and, still
cô aunt, you
công chúng audience, public, masses
công tác on business
công trình building project
công ty tư vấn consultancy, consulting firm
công viên (public) park
công việc của tôi my work, my job
cơ quan, sở, công sở office
cơ quan cấp issued by
cơ sở vật chất material base
cơm steamed rice
cỡ size
cua crab
cua bể sea crab
của belong to
của tôi my, mine
cúm flu
cùng together
cùng ngày sinh the same birthday
cùng nhà the same house
cúng worship
cũng also
cuộc đua race
cuộc họp meeting
cuộc họp báo press conference
cuộc phỏng vấn the interview
cuộc sống life
cuối late
cuối những năm 1950 in the late 1950s
cuối phố the end of the street
cuốn danh mục quảng cáo catalogue
cư xử behave
cứ bốn tiếng đồng hồ every four hours
cửa hàng dược chemist's shop

cửa sổ window

D

dao knife
dám dare
dai dẳng, liên tục persistently
dàn dựng stage
danh lam thắng cảnh famous landmark
dãy row, range
dãy Trường Sơn Truong Son range
dạo phố strolling the street
dặm mile
dân ca folk song
dân số population
dân tộc thiểu số ethnic minority
dần dần by and by
dẫn đầu lead
dẫn tới lead to
dậy get up
dễ easy
dễ chịu pleasant
dệt weave
di tích vestige, monument
dĩa, nĩa fork
dịch tễ học epidemiology
diễn ra happen, occur, take place
diễn viên nữ actress
diễn xuất perform, act
dị ứng allergy
dị ứng phấn hoa hay-fever, (allergy to pollen)
dịch vụ services
dịp chance, opportunity
do by
dở (tay) be half-way through
du lịch tour, go on tour
duy nhất only
dự attend
dự đám cưới attend the wedding
dự báo forecast
dự một khoá ngắn hạn attend a short course
Dương lịch Gregorian calendar

Đ

Đại học Kinh tế University of Economics
đài radio
đan áo len knitting a pull-over
đánh điện send a telegram
đánh răng brush one's teeth
đánh thức wake someone up
đào dig
đáp ứng satisfy, meet
đang present (...ing)
đang ngủ sleeping
đạo diễn direct

đau đầu headache
đau bụng/đau dạ dày stomach-ache
đau bụng hành kinh period pains
đau họng, viêm họng sore throat
đau tai earache
đau tay/đau chân pain in arm/leg
đặc sản specialty
đặt câu hỏi make up question
đặt mua vé trước book a ticket in advance
đặt, đặt mua book, order
đặt, để put
đâu where
đầu head, early
đầu những năm 70 early 1970s
đầu video video (head, machine)
đây here, this, these
đầy đủ tiện nghi fully equipped
đấy final particle
đen black
đèo Hải Vân Hai Van Pass
để làm gì? for what purpose
để tôi xem lại let me check it again
đề tài theme
đền temple
đến tận till, until, to
đến từ come from
đi đến đâu everywhere you go
đi bộ walk
đi dạo go for a walk
đi giày to wear shoes
đi học go to school
đi làm go to work
đi làm về come back home from work
đi lại travel
đi nghe hoà nhạc go to the concert
đi ngủ go to bed
đi ngoài diarrhoea
đi qua pass
đi ra thẳng go right through
đi thẳng go straight
đi theo trường going with school
đi thấy đau it hurts me to walk
đi thử giày try shoes on
đi thế nào how to get there
địa chỉ address
địa chỉ nhà riêng resident address
điện ảnh the cinema
điện thoại di động mobile phone
điền vào fill in
điều hoà nhiệt độ air conditioning
điều tra investigate
định intend
đỏ red
đoàn group, delegation
đọc sách read book

đọc sách / báo read a book / newspapers
đọc to read aloud
đón welcome
đóng act (a part), play, do
đóng (va li) pack (suitcase)
đồ cổ antique
đồ chơi trẻ em children's toys
đồ dùng gia đình household utensils
đồ trang sức jewel
đối diện opposite
động viên encourage
đôi khi sometimes
đôi vợ chồng a married couple
đông đúc busy, crowded
Đông Nam Á South East Asia
Đông y Oriental medicine, traditional medicine
đông dân densely populated
đông khách fully booked (crowded with passengers)
đỡ relieve, lessen, soothe
đơn điệu monotonous
đơn giản simple
đợi (một chút) wait for a moment
đủ các thứ all kinds of, all sorts of
đuổi chase, run after
đúng exactly, sharp
đưa to take, to bring
đưa vé đến tận nhà delivery ticket to one's home
đường way, road
đường sugar
đường bay, đường hàng không, tuyến bay air route
đường đi đến the way to
đường dây the line
đường, thềm ga platform
được chọn be chosen, be selected
được gọi be called
được nâng cao being improved
được rồi đấy you are connected
được thành lập be established, be set up, be found
đứng lại stop

E

em (anh) trai younger (elder) brother

G

ga station
ga xe lửa railway station
gà luộc rắc lá chanh boiled chicken with lemon leaves
gà quay roast chichen
gà xào sả ớt chicken stir fry with lemon grass and chilli

gạo nếp sticky rice
gạo tẻ plain rice
gãy xương broken one's bone
gặp, gặp gỡ meet
gặp lại meet again
gặp nhau meet each other
gần near
gần nhất nearest
ghép, cấy graft, transplant
ghi trên vé written on the ticket
ghế stool, chair
ghế bành armchair
gì what
giàu có rich
giải quyết to solve, settle
giải thích explain
giảm giá discount
giảm mây thinning cloud
giảng lại explain again
gian bếp kitchen
giáo dục education
giao dịch trade, transact
giáo sư professor
giáo viên teacher
giành reserved
gia đình family
giá (để hành lý) (luggage) rack
gió wind
gió nhẹ light wind
giỏi skilfully, fluently
giờ time, hour, o'clock
giờ hành chính office hours
giúp đỡ help
giúp một tay help, give/lend somebody a hand
gọi call
gọi (món ăn) order (dishes)
gọi điện thoại making a phone call
gợi ý suggest
gồm consist of, include
gửi to send, to post
gửi thư send a letter
giữ máy... hold on

H

há miệng open one's mouth
hai anh em tôi my brother and I
hải quan customs office
hàn, trám fill
hàng goods, wares
hàng chục tens of
hàng ghế giữa the middle row
hàng ngày everyday
hạng nhất có giường nằm first class sleeper
hạnh phúc happy, harmonious
hay often, interesting

hầu hết, hầu như almost
hẹn gặp chị ngày mai! see you tomorrow!
hẹn gặp lại... see you...
hiếm rare
hiểm trở dangerous, full of obstacles and difficult to access
hiện đại hoá modernize
hiện giờ at present
hiện, hiện nay at present, now
hiệu ăn, nhà hàng restaurant
hiệu làm đầu hairdresser
hình dung imagine
ho dữ dội terrible (severe) cough
họ they
họ hàng relatives
họ nội husband's blood relations
họ ngoại wife's blood relations
hoa đào peach blossom
hoa đồng tiền gerbera
hoa cẩm chướng carnation
hoa cúc chrysanthemum
hoa hồng rose
hoa lay ơn gladiolas
hoa loa kèn (huệ tây) lily
hoa mai apricot blossom
hoa quả fruits
hoa sen lotus
hoa tai (vàng) (gold) earrings
hoa tuy líp tulip
hoá đơn mua hàng bill
hoàn thành complete
hoãn postpone
hoạt hoạ cartoon
học to learn, to study
học sinh giỏi advanced student
hỏi ý kiến (đến khám lại) consult the doctor
họng throat
hồ Gươm, hồ Hoàn Kiếm Restored-Sword Lake
hỗ trợ help, support
hồi đó at that time
hội làng village festival
hội nghị conference
hộp box
hôm nào on the day
hợp đồng contract
hương thơm fragrance, scent
huyết áp cao/thấp high/low blood pressure
hy vọng hope

I

in print, publish
in (hoa) print

ít khi, hiếm khi rarely, seldom

K

kẻ sọc stripe
kem ice cream
kém less than (younger than)
kéo dài last, take
kẻo if not, otherwise
kẹp sandwich
kê đơn make/write out a prescription
kể to tell
kể cả including
kế hoạch the plan
kế hoạch làm việc timetable
kể ra in fact, as a matter of fact
kết thúc finish
khá rather
khá hơn better
khác nhau diferent
khách hàng client, customer
khách mời invited guests
khai declare
khai thác explore, bring into full play,
khám bệnh examine, go to the doctor
khang trang spacious
khảm inlay
khay tray
khẩn urgent
khẩn trương be quick
khéo skilfully
khí hậu climate
khiến cho make, cause
khó, khó khăn difficult, difficulty
khó chịu uncomfortable, uneasy
khoa department
khoa nhi children's ward
khoang giường, buồng (on the train) sleeper, compartment
khoảng about, approximately
khoẻ well, fine
khỏi avoid
khỏi recover
khỏi phải nói it goes without saying, it needs no comment
khô ráo dry
không no, not
không biết là... (I) don't know if
không dám not at all
không hút thuốc non smoking
không muốn ăn lost appetite
khu, khu vực area, zone, district
khu 36 phố phường 36 Old Streets area
khu phố cổ the Old City
khu vườn the garden
khủng khiếp terrible, awful
khuya late at night

khứ hồi return ticket
kinh đô capital of the kingdom
kinh dị horror
kinh tế economics
kịch the play
kịp thời in time
kiểm tra an ninh security check
kỹ sư xây dựng civil engineer, construction engineer
kỳ vĩ breathtaking
ký (hợp đồng) sign (a contract)

L

là to be
lạ unfamiliar
lại again
làng mạc village and hamlet
lành mạnh healthy
lạnh cold
làm do, make
làm ăn doing business
làm bài tập về nhà doing one's homeworks
làm thủ tục check in
làm vườn gardening
làm việc to work
làm việc theo ca working on shifts
lao phổi tuberculosis
lắm very
lắp install
lần time
lần lượt in turn, by turn, turn and turn about
lập set up, plan
lấy nhiệt độ, cặp nhiệt độ take temperature
lấy vé collect the ticket
lên đường take to the road, leave on a journey
lên tàu board the train, get onto the train
lên tới go up to
lễ hội festival
liên hoan party
liên hoan phim film festival
liên tục continuously
liền at once
lịch sử history
lo, lo lắng be worried
lọ gốm ceramic vase
lọ hoa vase
loa phóng thanh loudspeaker
lòng tốt của ông/bà your kindness
lồng tiếng dub
lớn big, large
lớp class
lụa silk

lúa nước water rice, paddy rice
lúc at
lúc đó at that time
luật sư lawyer
luỹ tre bamboo belt
lưu động mobile

M

ma ghosts, devils
mã/ cốt code
màn ảnh rộng wide-screen
mạnh strongly
mát cool
mau lành bệnh, chóng khỏi get well
  soon
màu đỏ red
màu mỡ rich
màu sắc, màu colour
màu xanh da trời blue, sky-blue
may quá fortunately
máy bay aeroplane
máy giặt washing machine
máy soi scanning machine
mặc quần áo put on one's clothes
mắc mưa caught by the rain
măng bamboo shoot
mặt phố street front
mất bao lâu? how long does it take?
mất ngủ insomnia
mất nhiều máu loss of much blood
mẩu giấy a piece of paper
mấy how many, how much
mấy giờ what time
mấy khi as only occasionally
mẹ, má, mạ mother
mệt mỏi tired, dull
miến gà green-bean noodles soup with
  chicken
miền núi highland, mountain area
mọi việc ổn cả everything's fine,
  everything's OK
món dish
món ăn Á, Âu Asian, European dishes
món khai vị starter
món nem rán, chả giò spring roll dish
món tráng miệng desert
mổ operate
mổ ghép tim, mổ thay tim heart
  transplant operation
môi trường environment
mỗi each
mỗi lần each time, every time
mỗi tháng every month
mốt fashion
một one
một đôi giầy da a pair of leather shoes

một bát phở a bowl of rice noodle soup
một cô con gái a daughter
một cách nghiêm túc seriously
một lượt, một lần (vé) one way ticket
một lần one time, once
một mình alone, on one's own
mở đầu open
mở cửa nền kinh tế opening of the
  economy
mở rộng extend, widen
mới just, then
mua buy
mua sắm shopping
mua thuốc buy medicine
mua vé tập thể buy group ticket
mùa đông winter
mùa du lịch tourist season
mùa hè, mùa hạ summer
mùa khô dry season
mùa mưa rainy season
mùa nào... cũng every season
mùa nghỉ holiday season
mùa thu autumn
mùa xuân spring
mục đích purpose
muốn want
muộn late
mưa rain
mưa ngâu late summer rain
mưa phùn drizzle
mưa rào shower
mức sống living standard
Mỹ America

N

nào let, let's
nào which
năm year
năm mới New Year
năm nay this year
năm sau (năm tối) next year
nâu brown
nắm vững master, have a good command
  of
nắng sunny
nặng lời use strong words
nấu ăn cooking
nem rán, chả giò spring roll
nên should, ought to
nên that is why, therefore
nếu if
nếu mình là đạo diễn... if I were the
  director...
ngã tư crossroads, junction
ngành branch
ngào ngạt pervasive

ngày càng day by day, more with every
  passing day
ngày mai tomorrow
ngày xưa in the past, long time ago
ngộ độc thức ăn food poisoning
nghe listen, hear
nghe băng listen to the tape
nghe hấp dẫn quá! It sounds good! It
  sounds delicious!
nghe nhạc listen to the music
nghe nói (I) heard that
nghiên cứu study, research
nghèo nàn poor
nghề profession
nghỉ đông winter holiday
nghỉ cuối tuần weekend (holiday)
nghỉ phép on leave
nghĩ đến think about
ngoài phố in the street
ngoài việc... còn, ngoài ra... còn besides
ngoại ô suburb, outskirt
ngon delicious, good, tasty
người person
người đạo diễn director
người bà con a relative
người bán (hàng) salesperson
người bạn a friend
người mua, khách hàng buyer, customer
người nội trợ housewife
người phục vụ waiter, waitress
người yêu boyfriend, girlfriend
ngược lại vice versa, reverse
nguyên (là) originally (be)
Nhà hát lớn City Opera House
nhà ngoại giao the diplomat
nhà Nguyễn Nguyen dynasty
nhà phê bình critic
nhà xuất bản publishing house
nhạc music
nhạc cổ điển classical music
nhạc sĩ composer
nhanh chóng quickly, fast
nhắn (lại) leave a message
nhầm số wrong number
nhân vật chính main character
nhân viên staff
nhân viên bán vé ticket agent
nhân viên hải quan customs officer
nhận receive
nhập cảnh entry
nhất định fixed, stated
nhiệt tình, tận tình wholeheartedly
nhiều many
nhiều loại many kinds of
nho nhỏ smallish
nhỏ small

nhỏ nhất, bé nhất, trẻ nhất, út smallest
  child, youngest child
nhóm group
nhổ pull out, come out
nhộn nhịp bustling, busy
nhớ (nhà) miss (the family)
nhu cầu đi lại traveling need/ demand
nhựa plastic
như, như là, như thế like, as, as if,
những kẻ nghiện phim cinema-goers
nói chung in general
nổi tiếng famous, well-known
nối (máy) connect
nội địa domestic
nội dung content
nội trợ housewife
nông thôn countryside, rural area
nơi cấp place of issue
núi non mountain
nuốt swallow
nữa as well
nửa tiếng half an hour
nước country, water
nước chanh lemonade
nước quả juice

Ô

ô umbrella
ồ oh
ô tô, xe hơi car
ôn hoà moderate
ồn ào noisy
ông you, grandfather
ông bà nội paternal grandparents
ông bà ngoại maternal grandparents
ông bị làm sao what's the problem?

Ở

ở to be, to live, to stay
ở in, at
ở giữa in the middle of, in the centre of
ở nhà stay at home

P

phải must, have to
phải right
phải correct
phải chăng reasonable
Pháp France
phát ban rash
phát triển develop
phát triển nhanh develop quickly
phía bắc north (compass point)
phía Nam south
phía trước ahead
phiên bản copy, reproduction

phiếu đăng ký registration form
phiếu nhập cảnh entry card
phiếu xuất cảnh exit card
phim được giải prize-winning film
phim đen trắng black and white film
phim màu colour film
phong bì envelope
phong cảnh landscape
phong phú diversity
phong tục customs
phòng đôi double room
phòng đơn/một single room
phòng bán vé box office
phòng bệnh disease prevention
phòng khách sitting room, living room
phòng ngủ bedroom
phòng nhân sự, phòng tổ chức personnel department
phòng tài vụ financial department
phòng thường trực a receptionist's room
phòng tranh painting gallery
phòng vệ sinh toilet
phóng viên reporter
phố street
phố Hàng Đào Silk Street
phố Hàng Bạc Silversmith Street
phố Hàng Bồ Basket weaver Street
phố Hàng Cân Scales Street
phố Hàng Thiếc Tin Street
phở bò/gà rice-noodle soup with beef/chicken
phù hợp suitable
phụ nữ women
Phục sinh Easter
phức tạp complicated, complex
phương pháp mới new method
phương pháp truyền thống traditional method
phương tiện means, equipment

Q

qua cross, through
quá very, too
quả fruit
quả đào peach
quả đu đủ papaya, papaw
quả có thể thật it's truly so, it's really so
quả chôm chôm rambutan
quả dâu tây strawberry
quả dưa melon
quả dừa coconut
quả dứa pineapple
quả lê pear
quả măng cụt mangosteen
quả nhãn longan
quả táo apple

quả xoài mango
quan hệ the relationship
quan trọng important
quán stall
quán cà phê coffee shop
quãng đường section of the road
quay dial
quay mặt ra vườn facing/over-looking the garden
quay trở lại return to, come back to
quằn quại writhe, squirm, agonizing
quần áo may sẵn ready-made clothes
quen familiar, acquainted, used to
quen biết acquaintance
quê native land
quê hương homeland
quên forget
quốc tế international
quốc tịch nationality
quý precious, valuable
quý hoá it's nice, it's good
quý khách, hành khách passengers
quý trọng treasure, value
quyết định decide

R

ra go out, go up, publish
rau vegetables
rau cần tây celery
rau đền amaranth
rau muống bindweed
rạp chiếu bóng, rạp chiếu phim cinema house
răng giả (hàm giả) false tooth (denture)
răng sâu cavity
rặng, dãy row, line, range
rất very
rẽ, quẹo turn
rộng, to large, big
rộng vành (mũ) large brim (hat)
rửa mặt wash one's face
rừng núi forest and mountain
rực rỡ splendid, brilliant
ruốc dried lean pork, pemmican

S

sách book
sách văn học Anh book on English literature
sang go to, across
sao, tại sao, vì sao why
sau after, back
sau bữa ăn after a meal
sau nhà behind the house
sắp going to, be about to
sắp xếp arrange

séc cheque
sen dừa coconut milk with lotus seeds
sinh be born, give birth to
sinh nhật, ngày sinh birthday
sinh viên student
sõi fluent
sông Hồng Red River
sông ngòi rivers and streams
sổ mũi have a runny nose
số number
số ghế seat number
số hộ chiếu passport number
sốt fever, high temperature
sơ đồ sketch map
sợ be afraid of
sơn mài lacquer
sử dụng use
sữa milk
sữa chua yoghurt
sữa tươi fresh milk
sừng horn
sườn xào chua ngọt sweet and sour pork ribs

T

tách separate
tách cup
tài ba talented
tài khoản ngân hàng bank account
tạm temporary
táo apple
tàu điện ngầm underground, tube
tàu chợ, tàu thường local train
tàu hoả, xe lửa train
tàu nhanh express train
tàu thuỷ ship
tăng increasing
tắt đèn turn off the light
tầng hai first floor (in Vietnam)
tâm lý psychology
tập quán habits
tập thể dục buổi sáng do morning exercises
tẩu (hút thuốc lá) (tobacco) pipe
tem stamp
tên name
Tết Lunar New Year
thang máy lift, elevator
tháng month
tháng này this month
tháng sau (tháng tối) next month
thành thị urban area
tham dự attend
tham gia take part
thay đổi change
thắng win

tham quan sightseeing
thân mến dear
thẻ card
thẻ tín dụng credit card
thẻ Viza Visa card
theo follow, under, according to
thép steel
thế à really
thế ra (it) turns out
thêm more
thêu embroidered
thì then
thị thực visa
thị thực số visa number
thìa spoon
thìa cà phê teaspoon
thích like
thiết bị equipment
thiết lập establish
thím, mợ, bác gái aunt
thịt ướp lạnh, thịt đông lạnh frozen meat
thịt đùi (bò/lợn) meat from the (beef/pork) leg
thịt băm/xay mince meat
thịt tươi fresh meat
thịt thăn fillet, tenderloin
thông gia related by marriage, ally by marriage
thông thường common
thời time
thời sự news reel/ current affairs
thời tiết weather
thu record
thu tiền collect money
thu xếp arrange
thủ đô capital
thú vị interesting
thuê rent, hire
thuế sân bay airport tax
thuận lợi favourable
thuận tiện convenient
thuốc Bắc Chinese medicine
thuốc Nam Vietnamese medicine
thuỷ tinh glass
thư bảo đảm registered post
thư ký secretary
thư nhanh express letter
thư từ letter
thư viện library
thứ kind of, sort of
thức ăn food
thức khuya stay up late
thực ra in fact, actually
thực đơn menu
thực tế real, realistic, practical

thương mại trade
thương nhân trader
thường normal
thưởng reward
tí nữa, chốc nữa, lát nữa in a short while, in a moment, in a while
tiêm chủng vaccinate
tiêm phòng uốn ván tetanus vaccination
tiền money
tiền đặt cọc, đặt tiền advance security money, deposit
tiến hành carry out
tiện convenience
tiếng hour
tiếng, ngôn ngữ language
tiếng Việt Vietnamese language
tiếp thị marketing
tiếp viên khách sạn hotel receptionist
tiêu chuẩn standard, norms
tím violet
tím than navy
tin tưởng vào believe in
tính cách characteristic, trait
tỉnh province
toa ăn dinning carriage
tổ chức organization
tổ chức phi chính phủ NGO, non-governmental organization
tôi I
tồi bad
tối dark, evening
tôm hùm lobster
tôm tẩm bột rán fried prawn in batter
tốt nghiệp graduate
tới up to
trà, chè tea
trà đặc/ loãng strong/week tea
trả lời answer, reply
trả sách return a book
trai/xà cừ mother-of-pearl
trái left
trang page
trang phục, y phục costume
tráng lệ magnificent
tranh thủ make full use of
trắng white
trắng phau spotlessly white
trận đá bóng a football match
trẻ young
trẻ em children
trẻ sinh đôi dính nhau conjoined twin
trẻ trung và vô tư lự young and carefree
treo hang
trèo cây climb the tree
triển lãm exhibition
triệu chứng symptoms

trình diễn mốt quần áo fashion show
trong in
trong mơ in a dream
trong năm in a year
trôi qua pass
trồng grow, plant
trống available, empty, vacant
trơn plain
trời ơi heavens!
Trời đẹp nhỉ? It is nice today, isn't it?
trù phú populous and wealthy
Trung Quốc China
trung tâm thành phố centre of city, downtown
truyền hình vệ tinh satellite TV
truyền thống tradition
trừ except
trứng gà hen's egg
trứng vịt duck's egg
trực điện thoại answer the phone
trực tổng đài operator
trực tiếp directly
trường đại học tổng hợp university
trường trung học secondary school
trưởng thành grow up
trước before, ahead, in advance
trước đây in the past
tủ lạnh fridge
tuần week
tuần này this week
tuần sau (tuần tối) next week
tuồng classical opera
tuy... nhưng though, although
tuy nhiên however
tuyết snow
tuyệt đối absolutely
tuyệt thật! it's wonderful!
từ điển Anh Việt English- Vietnamese dictionary
từ thiện charity
tự nấu ăn lấy to cook by oneself
tương đương equivalent
tương tự similar
tường wall
tưởng think
tượng phật Buddha statue

U

u ám cloudy, overcast
uống drink
uống thuốc take medicine
ung thư gan liver cancer

Ử

ưa thích have a taste for, be fond of, favour

V

vả lại moreover, furthermore
vang, rượu vang wine
vàng yellow
vào in, on
váy dress, skirt
văn học literature
văn hoá culture
vẫn còn still
vận tải transport
vất vả hard
vé ticket
vé máy bay air ticket
vẽ tay hand-drawn
ven biển seaside
về come back
về about, on
vệ sinh hygiene
viêm lợi inflammation of the gum
viêm ruột thừa suffer from appendicitis
viên tablet, pill
Viễn Đông Far East
viện bảo tàng museum
viện Ngôn ngữ học institute of linguistics
Việt kiều overseas Vietnamese
viết write
viết lên bảng write on the board
viết sách write a book
vỏ trứng egg-shell
vô cùng very, extremely
vô nghĩa nonsense
vở kịch the play
với to, with
vụ án court case
vui exciting
vui vẻ cheerful
vùng xa xôi remote area
vừa fit (well)
vừa, vừa mới just, just then, recently
vừa... vừa... both...and...
vừa rồi, vừa qua recent, last
vườn garden

vườn hoa Tết Tet flower garden

X

xa far
xã hội society
xách carry
xanh pale
xanh lá cây green
xanh nước biển navy-blue
xanh rờn lushly green
xảy ra happen
xây dựng construction
xe vehicle
xe đẩy trolley
xe buýt bus
xe ca coach
xem phim go to the cinema
xem vô tuyến watch TV
xin please (polite word)
xin giới thiệu với chị... may I introduce
    to you...
xin lỗi excuse, sorry
xin phép cho tôi allow (me)
xinh, xinh xắn nice, pretty
xong finish
xôi steamed glutinous rice
xuất cảnh exit
xuống bếp go to the kitchen
xung quanh, chung quanh around,
    surround
xúp soup
xúp cua bể sea crab soup
xúp gà chicken soup
xúp lươn eel soup
xuyên Việt trans-Vietnam

Y

Ý (nước) Italy
ý kiến idea, opinion
yên tâm don't worry, be sure
yên tĩnh quiet, serene
yêu love
yêu cầu ask for, require

Từ vựng Anh–Việt
English–Vietnamese glossary

A

about khoảng
about về
absolutely tuyệt đối
according to theo
acquaintance quen biết
acquainted quen, quen thuộc
across sang, đi sang
act đóng
actress diễn viên nữ
acupuncture châm cứu
address địa chỉ
advanced student học sinh giỏi
aeroplane máy bay
after sau, sau khi
after meal sau bữa ăn
again lại
agonising quằn quại
ahead phía trước, trước
air-conditioning điều hoà nhiệt độ, máy
  lạnh
air route tuyến bay
air ticket vé máy bay
airport tax thuế sân bay
all kinds/sorts of đủ các thứ
allergy dị ứng
allow me xin phép cho tôi
almost hầu hết, hầu như
alone một mình, cô đơn
also cũng
although tuy... nhưng
amaranth rau đền
America nước Mỹ
and và
answer trả lời
answer the phone trực điện thoại
antique đồ cổ
any bất cứ
any job bất cứ việc gì
anybody bất cứ người nào
anywhere bất cứ nơi nào
appendicitis viêm ruột thừa
apple quả táo
apply medicine bôi thuốc, xức thuốc
approximately khoảng, xấp xỉ
apricot blossom hoa mai
area khu vực, diện tích
arm tay

armchair ghế bành
around xung quanh
arrange sắp xếp, thu xếp
as như
as a matter of fact kể ra, thực ra
as if như thể là
as only occasionally chẳng mấy khi
as well nữa
as you see/know các bạn thấy đấy
Asian dishes món ăn Á
ask for yêu cầu, đòi hỏi
at lúc, ở, tại
at any cost bằng bất cứ giá nào
at once liền, ngay lập tức
at present hiện, hiện nay, lúc này
at that time hồi đó, lúc đó
attend tham dự
attend a short course dự một khoá ngắn
  hạn
attend wedding dự đám cưới
attention chú ý
audience khán giả
aunt cô, thím, mợ, bác gái
autumn mùa thu
available có, có mặt
avoid tránh, khỏi
awful khủng khiếp

B

baggage/luggage hành lý
bamboo belt luỹ tre
bamboo shoot măng
banana ripe beforehand chuối chín cây
bank bờ sông
bank account tài khoản ngân hàng
Basket weaver Street phố Hàng Bồ
bathroom buồng tắm
be là, ở
be about to sắp, sắp sửa
be afraid of sợ
be born sinh/sanh
be called được gọi là
be careful cẩn thận
be chosen, be selected được chọn
be distant, be away cách
be established, be set up, be found
  được thành lập
be fond of ưa thích, yêu thích
be halfway through dở (tay)

be moved cảm động
be worried lo
be, be present at có mặt
be, suffer (from something) bị
beach bãi biển
bedroom phòng ngủ
beef thịt bò
beef stir-fried with mushroom bò xào nấm
beer bia
before trước, trước khi
begin bắt đầu
behave cư xử
behind the house sau nhà
being improved được nâng cao
being made redundant bị giảm biên chế
being unemployed bị thất nghiệp
believe in tin tưởng vào
belong to của
besides ngoài việc/ra... còn
better khá hơn, tốt hơn
big lớn, to
bill hoá đơn mua hàng
bindweed rau muống
birthday sinh nhật, ngày sinh
birthday cake bánh sinh nhật
black đen
black and white film phim đen trắng
blue xanh da trời
blue/green xanh
board a train lên tàu
boiled chicken with lemon leaves gà luộc rắc lá chanh
book sách
book a ticket in advance đặt mua vé trước
book on English literature sách văn học Anh
both...and... vừa... vừa...
bowl of rice noodle soup một bát phở
box hộp
box office phòng bán vé
boyfriend người yêu
branch ngành
breathtaking kỳ vĩ
bridge cầu
brilliant rực rỡ
bring đưa, mang
British Anh
broken a bone gãy xương
brother-in-law anh rể
brown nâu
brush one's teeth đánh răng
Buddha statues tượng phật
building project công trình
bus xe buýt

business kinh doanh, công việc
bustlingbusy nhộn nhịp
busy bận, bận rộn
buy mua
buy group ticket mua vé tập thể
buy medicine mua thuốc
buyer người mua
by and by dần dần
by turn lần lượt
by, by means of do, bằng

C

camping cắm trại
can có thể
Canada Canada
canteen căng tin
capital thủ đô
car ô tô, xe hơi
card thẻ
carnation hoa cẩm chướng
carp cá chép
carry xách, mang
carry out tiến hành
cartoon hoạt hoạ
carve chạm trổ
case ca, trường hợp
catalogue cuốn danh mục quảng cáo
caught by the rain mắc mưa
cause gây ra, khiến cho
cavity sâu răng
celery rau cần tây
centre of city trung tâm thành phố
ceramic vase lọ gốm
certainly chứ
chance dịp, cơ hội, vận may
change thay đổi
characteristic, trait tính cách
charity từ thiện
chase, run after đuổi
chatting chuyện trò
check in làm thủ tục
cheerful vui vẻ
chemist cửa hàng dược
cheque séc
chicken salad gỏi gà
chicken stir fry with lemon grass and chilli gà xào sả ớt
child, children con, con cái
children trẻ em, trẻ con
children's toys đồ chơi trẻ em
children's ward khoa nhi
chilli ớt
China Trung Quốc
china bowl bát sứ
Chinese medicine thuốc Bắc
chrysanthemum hoa cúc

cinema house rạp chiếu bóng, rạp chiếu phim
cinema-goers những kẻ nghiện phim
City Opera House Nhà hát Lớn
civil engineer kỹ sư công chính
class lớp
classical music nhạc cổ điển
classical opera tuồng
client khách hàng
climate khí hậu
climb tree trèo cây
cloudy có mây
cloudy nhiều mây
coach xe ca
coastline bờ biển
coconut quả dừa
coconut milk with lotus seeds sen dừa
code mã/cốt
coffee shop quán cà phê
coffee with milk cà phê sữa, cà phê nâu
cold lạnh, cảm lạnh
collect money thu tiền
collect tickets lấy vé
colour màu sắc, màu
colour film phim màu
come back về
come back home về nhà
come back home from work đi làm về
come back to trở lại, trở về
come from đến từ
comment on bình luận
common thông thường
complete hoàn thành
complicated, complex phức tạp
composer nhạc sĩ
conference hội nghị
conjoined twins trẻ sinh đôi dính nhau
connect nối (máy)
consist of gồm, bao gồm
construction xây dựng
construction engineer kỹ sư xây dựng
consult (a doctor) hỏi ý kiến (đến khám lại)
consultancy, consulting firm công ty tư vấn
content nội dung
continuously liên tục
contract hợp đồng
convenient tiện, thuận tiện
conversing chuyện trò, hội thoại
cook by oneself tự nấu ăn lấy
cooking nấu ăn
cool mát
copy bản sao
costume trang phục, y phục
cough ho

country nước, đất nước
countryside nông thôn, miền quê
court case vụ án
cousins anh chị em họ
crab cua
credit card thẻ tín dụng
critic nhà phê bình
cross qua
crossroads ngã tư
crowded đông đúc
culture văn hoá
cure chữa bệnh, cứu
current affairs thời sự
customer người mua, khách hàng
customs phong tục
customs office hải quan
customs officer nhân viên hải quan

D

dangerous hiểm trở, nguy hiểm
dare dám
daughter con gái
daughter-in-law con dâu
day by day ngày càng
day shift ca ngày
dear thân mến
dear friends các bạn thân mến
decide quyết định
declare khai
defend a PhD thesis bảo vệ luận án tiến sĩ
delicious ngon
delta châu thổ
dense đông đúc, dày đặc
densely populated đông dân
depart chia tay
depart khởi hành, lên đường
department khoa
deposit đặt tiền
dessert món tráng miệng
details chi tiết
develop phát triển
develop quickly phát triển nhanh
devils quỷ, ma quỷ
dial quay
diarrhoea đi ngoài
different khác nhau
difficult, difficulty khó, khó khăn
dig đào
dining carriage toa ăn
direct đạo diễn
direction chỉ dẫn, hướng dẫn
directly trực tiếp
director người đạo diễn
directory enquiries chỉ dẫn điện thoại
discount giảm giá

disease prevention phòng bệnh
dishes món ăn
district khu, quận
diversity phong phú
dizzy chóng mặt, hoa mắt
do làm
do morning exercises tập thể dục buổi sáng
do you know...? chị có biết...?
doctor bác sĩ
doing business làm ăn
doing one's home- work làm bài tập về nhà
domestic nội địa
don't worry đừng lo, yên tâm
double room phòng đôi
downtown trung tâm thành phố
dress, skirt váy
dried lean pork ruốc
drink uống
drizzle mưa phùn
dry khô ráo
dry season mùa khô
dub lồng tiếng
duck's egg trứng vịt

E

each mỗi
each time mỗi lần
earache đau tai
early đầu
early 1970s đầu những năm 70
Easter Phục sinh
easy dễ
eat ăn
economics kinh tế
eczema chàm
education giáo dục
eel soup xúp lươn
egg-shell vỏ trứng
elder sister chị gái
elder brother anh trai
eldest son con trai đầu lòng
elevator thang máy, cầu thang máy
embroidered thêu
emergency cấp cứu
empty trống
encourage động viên
end of the street cuối phố
English-Vietnamese dictionary từ điển Anh-Việt
entry nhập cảnh
entry card phiếu nhập cảnh
envelope phong bì
environment môi trường
epidemiology dịch tễ học

equipment thiết bị
equivalent tương đương
essential cơ bản, chủ yếu
establish thiết lập
ethnic minority dân tộc thiểu số
Europe châu Âu
European dishes món ăn Âu
evening buổi tối
every day hàng ngày
every four hours cứ bốn tiếng đồng hồ
every month mỗi/hàng tháng
every season mùa nào... cũng
every time mỗi lần, lúc nào cũng
everybody ai cũng, mọi người
everyone ai cũng, tất cả mọi người
everything's fine, mọi việc ổn cả
everything's OK
everywhere you go đi đến đâu
exactly đúng, chính xác
examine khám, kiểm tra
except trừ
exciting vui, phấn chấn
excuse, sorry xin lỗi
exhibition triển lãm
exit xuất cảnh
exit card phiếu xuất cảnh
explain giải thích, giảng
explain again giảng lại
express letter thư nhanh
express train tàu nhanh
extend, widen mở rộng
extremely vô cùng, cực kỳ

F

facing/overlooking the garden quay mặt ra vườn
fall out bong ra
false tooth (denture) răng giả (hàm giả)
familiar quen thuộc
family gia đình
famous nổi tiếng
famous landmark danh lam thắng cảnh
far xa
Far East Viễn Đông
fashion mốt
fashion show trình diễn mốt quần áo
fast nhanh chóng
father bố, cha, ba
favour ưa thích
favourable thuận lợi
feel cảm thấy
festival lễ hội
fever sốt
fill hàn, trám
fill in điền vào
fillet thịt thăn

film festival liên hoan phim
final particle đấy, ạ, nhé, nhỉ
financial department phòng tài vụ
fine khoẻ, đẹp
finish kết thúc, xong
first floor tầng hai (ở Việt Nam)
first-class sleeper hạng nhất có giường nằm
fish cá
fish and chips cá và khoai tây rán
fit (well) vừa
fitness club câu lạc bộ sức khoẻ
fixed, stated nhất định
flat bằng phẳng
flat căn hộ
flu cúm
fluent sõi, giỏi
fluently giỏi, thông thạo
folk song dân ca
follow theo, theo sau
food thức ăn
food crop cây lương thực
food poisoning ngộ độc thức ăn
football match trận đá bóng
for what purpose để làm gì?
forecast dự báo
forest and mountain rừng núi
forget quên
fork đĩa, nĩa
fortunately may quá
fragrance hương thơm
France Pháp
fresh meat thịt tươi
fresh milk sữa tươi
fridge tủ lạnh
fried fish cá rán/cá chiên
fried prawn in batter tôm tẩm bột rán
friend người bạn
friends các bạn
frozen meat thịt ướp lạnh, thịt đông lạnh
fruit hoa quả
fully booked đông khách
fully equipped đầy đủ tiện nghi
funny buồn cười
furthermore và lại, hơn nữa

G

garden vườn
gardening làm vườn
gerbera hoa đồng tiền
get onto a train lên tàu
get up dậy
get well soon mau lành bệnh, chóng khỏi
gets dark very quickly tối rất nhanh
ghosts ma
girlfriend người yêu
give birth to sinh/sanh (được)

gladiolas hoa lay ơn
glass thuỷ tinh
go đi, sang
go for a walk đi dạo
go on tour đi du lịch
go out đi ra, đi dạo
go right through đi thẳng, đi ra thẳng
go straight đi thẳng
go to bed đi ngủ
go to school đi học
go to the cinema đi xem phim
go to the concert đi nghe hoà nhạc
go to the doctor đi khám bệnh
go to the kitchen đi xuống bếp
go to work đi làm
go up to lên tới
going to sắp
going with school đi theo trường
gold earring hoa tai vàng
good tốt, ngon
goodbye chào tạm biệt
goods hàng, hàng hoá
graduate tốt nghiệp
graft ghép, cấy
grandfather ông
grandmother bà
green xanh lá cây
green-bean noodles soup with chicken
  miến gà
Gregorian calendar Dương lịch
grilled fish cá bỏ lò
group, delegation đoàn, nhóm
grow trồng, ươm
grow up trưởng thành
guest khách

H

habits tập quán
Hai Van Pass đèo Hải Vân
hairdresser's shop hiệu làm đầu
half an hour nửa tiếng
hand-drawn/printed vẽ tay
hang treo
happen xảy ra
happy hạnh phúc
hard vất vả, khó
hard working chăm làm
harmonious hoà hợp
have có
have a good command of nắm vững
have a runny nose sổ mũi
have a safe journey! chúc chị lên đường
  bình an!
have a taste for thích, ưa thích
have breakfast ăn sáng
have dinner ăn tối

have lunch ăn trưa
have to phải
hay-fever dị ứng phấn hoa
he anh ấy
headache đau đầu
healthy lành mạnh
heart transplant operation mổ ghép tim,
mổ thay tim
heavens! trời ơi!
hello Mr/Mrs chào anh/chị
help, support giúp đỡ, hỗ trợ
hen's egg trứng gà
here, this, these đây
high blood pressure huyết áp cao
high temperature sốt, sốt cao
highland miền núi
hire thuê
history lịch sử
hold on giữ máy...
holiday season mùa nghỉ
home delivery đưa đến tận nhà
homeland quê hương
hope hy vọng
horn sừng
horror kinh dị
hospital bệnh viện
hot nóng, cay
hour tiếng
household utensils đồ dùng gia đình
housewife người nội trợ
how are you? anh/chị có khoẻ không?
how far bao xa
how long bao lâu
how long does it take? mất bao lâu
how many, how much mấy, bao nhiêu
how to get there đi thế nào
however tuy nhiên
husband's blood relations họ nội
husband's parents bố mẹ chồng
hygiene vệ sinh

I

I tôi
ice cream kem
idea ý kiến
if nếu
if I were the director nếu mình là đạo
diễn...
if not nếu không, kẻo
imagine hình dung, tưởng tượng
important quan trọng
improve cải tiến
in ở, tại, vào, trong
in a dream trong mơ
in a short while, in a moment tí nữa, lát
nữa, chốc nữa

in a year trong năm
in advance trước
in fact, actually thực ra, thực tế
in general nói chung
in the centre of ở giữa, ở trung tâm
in the late 1950s cuối những năm 1950
in the middle of ở giữa
in the past trước đây,
in the street ngoài phố
in time kịp thời
inaccessible hiểm trở
include gồm, kể cả
inconvenient bất tiện
increasing tăng
individual cá nhân
inflammation of the gum viêm lợi
inlay khảm
insomnia mất ngủ
install lắp, cài đặt
Institute of Linguistics viện Ngôn ngữ
học
instruction chỉ dẫn
intend định
interesting thú vị
international quốc tế
interview cuộc phỏng vấn
investigate điều tra
invited guests khách mời
issued by cơ quan cấp
it goes without saying khỏi phải nói
it hurts me to walk đi thấy đau
It is nice today, isn't it? Trời đẹp nhỉ?
it means that có nghĩa là
it sounds good!/it sound delicious! nghe
hấp dẫn quá!
it turns out thế ra
it's good/nice quý hoá
it's really so quả có thể thật
it's wonderful tuyệt thật
Italy nước Ý

J

jewel đồ trang sức
juice nước quả
just vừa

K

kilometre cây số, ki lô mét (km)
kitchen bếp
knife dao
knitting a pullover đan áo len
know biết

L

lacquer sơn mài
landscape phong cảnh

language tiếng, ngôn ngữ
large lớn, rộng
large brim rộng vành
large parcel bưu kiện
last kéo dài
late cuối, muộn
late at night khuya
late summer rain mưa ngâu
lawyer luật sư
lead dẫn đầu
lead to dẫn tới
learn học, biết
leave a message nhắn (lại)
left (phía) trái
leg chân
lemonade nước chanh
lend cho vay
less than (younger than) kém, trẻ hơn
lessen đỡ
let me check it again để tôi xem lại
let, let's nào, để
letter thư, thư từ
library thư viện
life cuộc sống
lift thang máy
light wind gió nhẹ
like thích
like giống như, như
lily hoa loa kèn
line đường dây
listen nghe
listen to the music nghe nhạc
listen to the tape nghe băng
literature văn học
live sống, ở
liver cancer ung thư gan
living standard mức sống
lobster tôm hùm
local train tàu chợ, tàu thường
long time ago trước đây đã lâu, ngày xưa
longan quả nhãn
look after chăm sóc
loss of much blood mất nhiều máu
lost appetite không muốn ăn
lotus hoa sen
lotus seeds hạt sen
loudspeaker loa phóng thanh
low blood pressure huyết áp thấp
luggage rack giá (để hành lý)
lunar calendar âm lịch
Lunar New Year Tết
lushly green xanh rờn

M

mackerel cá thu
magnificent tráng lệ

main character nhân vật chính
mainly chủ yếu
make làm, đóng
make làm, khiến cho
make a cast bó bột
make a phone call gọi điện thoại
make full use of tranh thủ
make prescription kê đơn
make up questions đặt câu hỏi
mango quả xoài
mangosteen quả măng cụt
many nhiều
many kinds of nhiều loại
market chợ
marketing tiếp thị
married couple đôi vợ chồng
masses quần chúng
master làm chủ, nắm vững
master thạc sĩ
material base cơ sở vật chất
maternal grandparents ông bà ngoại
maternal grandchild cháu ngoại
may I introduce to you... xin giới thiệu
    với chị...
maybe có thể, có lẽ
means phương tiện
meat thịt
meet gặp, đáp ứng
meet again gặp lại
meet each other gặp nhau
meeting cuộc họp
melon quả dưa
menu thực đơn
middle row hàng ghế giữa
mile dặm
milk sữa
mince meat thịt băm/xay
mine của tôi
minister bộ trưởng
Ministry of Trade Bộ Thương mại
miss (one's family) nhớ (nhà)
miss a train bị nhỡ tàu
mobile lưu động
mobile phone điện thoại di động
moderate ôn hoà
modernise hiện đại hoá
monotonous đơn điệu
month tháng
monument di tích
Moonlight Sonata bản Sonat ánh trăng
more thêm
moreover và lại, hơn nữa
mother mẹ, má, mạ
mother-of-pearl trai/xà cừ
mountain núi, núi non
mountain area miền núi

museum viện bảo tàng
music nhạc
must phải
my của tôi
my brother and I hai anh em tôi
my work, my job công việc của tôi

N

name tên
nationality quốc tịch
native land quê
natural scenery cảnh sắc thiên nhiên
navy màu tím than
navy-blue xanh nước biển
near gần
nearest gần nhất
need cần
nephew cháu trai
new mới
new method phương pháp mới
New Year Năm Mới
newspapers báo
newsreel phim thời sự
next month tháng sau/ tháng tới
next week tuần sau/tuần tới
next year năm sau/năm tới
Ngọc Sơn Temple đền Ngọc Sơn
Nguyễn dynasty nhà Nguyễn
nice xinh, đẹp, tốt
niece cháu gái
night shift ca đêm
no không
noisy ồn ào
non smoking không hút thuốc
non-governmental organisation tổ chức
    phi chính phủ
nonsense vô nghĩa
normal thường
north phía bắc
not không
not at all không có gì/chi, không dám
not yet chưa
now bây giờ, hiện nay

O

o'clock giờ
occupy chiếm
office cơ quan
office hours giờ hành chính
often hay
old streets area khu phố cổ
oldest brother anh cả
on về, trên
on business công tác
on leave nghỉ phép
on one's own một mình, tự mình

on the day hôm nào
once có lần
one một
one time một lần
one-way ticket vé một chiều
only chỉ... thôi, duy nhất
open mở đầu
open one's mouth há miệng
opening of the economy mở cửa nền
    kinh tế
operate mổ
operator trực tổng đài
opportunity dịp, cơ hội
opposite đối diện
order đặt, đặt mua
order (dishes) gọi (món ăn)
organisation tổ chức
Oriental medicine Đông y
originally (be) nguyên (là)
otherwise kẻo, ngoài ra
ought to nên, phải
outskirts ngoại vi/ngoại ô
overcast đầy mây, u ám
overseas Vietnamese Việt kiều

P

pack (suitcase) đóng (va li)
paddy field cánh đồng lúa
page trang
pain đau
painting gallery phòng tranh
pair of leather shoes một đôi giầy
    da
pale xanh
pancakes bánh cuốn
papaya quả đu đủ
parents bố mẹ, cha mẹ, ba má
parents-in-law bố mẹ vợ/chồng
park công viên
party buổi liên hoan
pass đi qua, trôi qua
passengers quý khách, hành khách
passport hộ chiếu
passport number số hộ chiếu
paternal grandparents ông bà nội
paternal grandchild cháu nội
peach quả đào
peach blossom hoa đào
pear quả lê
pemmican ruốc
perform diễn, diễn xuất
perhaps chắc
period pains đau bụng hành kinh
persistently dai dẳng, liên tục
person người
personal cá nhân, riêng tư

personnel department phòng nhân sự, phòng tổ chức
pervasive ngào ngạt
piece of paper mẩu giấy
pill viên (thuốc)
pineapple quả dứa
pipe tẩu (thuốc lá)
place nói, chỗ
place of issue nói cấp
plain trớn
plain rice gạo tẻ
plan lập, kế hoạch, quy hoạch,
plant trồng, cấy
plastic nhựa
platform đường, thềm ga
play đóng, chơi
play vở kịch
play chess chơi cờ
pleasant dễ chịu
please (polite word) xin
poem bài thơ
poor nghèo nàn
popular opera chèo
population dân số
populous and wealthy trù phú
pork thịt lợn
pork-luncheon sandwich bánh mỳ kẹp giò chả
post gửi qua bưu điện
postcard bưu thiếp
postpone hoãn
practical thực dụng
precious quý, quý báu
prepare chuẩn bị
press conference cuộc họp báo
pretty xinh, xinh xắn
print in (hoa)
print, in
prize-winning film phim được giải
probably có thể, có khả năng
profession nghề
professor giáo sư
programme chương trình
province tỉnh
public công chúng, công cộng
publish ra, xuất bản
publishing house nhà xuất bản
pull out nhổ
pullover áo len
purpose mục đích
put đặt, để
put on one's clothes mặc quần áo

Q

quick nhanh, nhanh chóng
quickly nhanh, khẩn trương

quiet yên tĩnh

R

race cuộc đua
radio đài
railway station ga xe lửa
rain mưa
raincoat áo mưa
rainy season mùa mưa
rambutan quả chôm chôm
range rặng, dãy
rare hiếm
rarely ít khi, hiếm khi
rash phát ban
rather khá
read đọc
ready-made clothes quần áo may sẵn
real thực, thật
realistic thực tế
really? thế à?
reasonable phải chăng
receive nhận
recent vừa rồi, vừa qua
recently vừa mới, mới
receptionist tiếp viên
receptionist's room phòng thường trực
record thu, ghi
recover (from an illness) khỏi, bình phục
red màu đỏ
Red River sông Hồng
registered post thư bảo đảm
registration form phiếu đăng ký
related by marriage thông gia
relationship quan hệ
relatives họ hàng
relieve đỡ, trút được gánh nặng
remote area vùng xa xôi
renovated opera cải lương
rent thuê
repair chữa
reply trả lời, đáp lại
reporter phóng viên
reproduction phiên bản, phục hồi
require yêu cầu
reserved giành
resident address địa chỉ nhà riêng
restaurant hiệu ăn, nhà hàng
Restored-Sword Lake hồ Gươm, hồ Hoàn Kiếm
return a book trả sách
return ticket vé khứ hồi
return to trở lại, trở về
reward thưởng
ribs sườn
rice-noodle soup with beef/chicken phở bò/gà

rich giàu có, màu mỡ
right phải, đúng
rivers and streams sông ngòi
road đường
roast chicken gà quay
rose hoa hồng
row hàng, rặng, dãy
run chạy, chuyển bánh
rural area nông thôn

S

sad buồn
safe an toàn
safe and sound bình an, bình yên
salesperson người bán hàng
same birthday cùng ngày sinh
same house cùng nhà
sand dune cồn cát
sandwich kẹp
satellite TV truyền hình vệ tinh
satisfy thoả mãn, đáp ứng
say good-bye chào tạm biệt
scale cân
Scales Street phố Hàng Cân
scanning machine máy soi
scent mùi, hương
sea crab cua bể
sea crab soup xúp cua bể
seaside ven biển
seat number số ghế
secondary school trường trung học
secret bí mật
secretary thư ký
secretary of state for bộ trưởng
section of the road quãng đường
security check kiểm tra an ninh
security money tiền đặt cọc
see you... hẹn gặp lại...
see you tomorrow! hẹn gặp chị ngày
    mai!
seldom ít khi, hiếm khi
send gửi
send (a fax) chuyển, gửi (fax)
send a letter gửi thư
send a telegram đánh điện
separate tách
seriously một cách nghiêm túc
services dịch vụ
set up lập, thành lập
settle dàn xếp, định cư
sharp chính xác, sắc, nhọn
ship tàu thuỷ
shirt áo
shopping mua sắm
should nên
show chỉ, chiếu

shower mưa rào, tắm hoa sen
side bên cạnh
sightseeing tham quan
sign (a contract) ký (hợp đồng)
silk lụa
Silk Street phố Hàng Đào
Silversmith Street phố Hàng Bạc
similar tương tự
simple đơn giản
single room phòng đơn/một
sisters-in-law chị em dâu
sitting room, living room phòng khách
size cỡ
sketch map sơ đồ
skilfully giỏi, khéo, tinh xảo
sleeper, sleeping compartment khoang
    giường, buồng ngủ
sleeping đang ngủ
small nhỏ
small parcel bưu phẩm,
smallest child nhỏ nhất, út
smallish nho nhỏ
snow tuyết
society xã hội
solve giải quyết
sometimes có khi, đôi khi
song bài hát
son-in-law con rể,
sore throat đau họng, viêm họng
soup xúp
sour fish soup canh cá chua
south phía Nam
South East Asia Đông Nam á
spacious khang trang
special treatment chuyên trị
specialty đặc sản
spicy cay
splendid rực rỡ, chói lọi
spoon thìa
spotlessly white trắng phau
spring mùa xuân
spring roll nem rán, chả giò
staff nhân viên
stage dàn dựng
stall quán
stamp tem
standard tiêu chuẩn
start bắt đầu
start moving chuyển bánh
starter món khai vị
station ga
stay ở, ở lại
stay at home ở nhà
stay up late thức khuya
steamed fish cá hấp
steamed glutinous rice xôi

steamed rice cơm
steamed stuffed pancakes bánh cuốn
steel thép
sticky rice gạo nếp
still còn, vẫn còn
stir-fried beef with mushroom thịt bò
    xào nấm
stomach-ache đau bụng/đau dạ dày
stop đứng lại, dừng
storm bão
strawberry quả dâu tây
street front mặt phố
strike up a conversation bắt chuyện
string dây
stripe kẻ sọc
strolling the street dạo phố
strong tea trà đặc
strongly mạnh, mạnh mẽ
student sinh viên
study nghiên cứu
suburb ngoại ô
such as chẳng hạn như
suffer from appendicitis viêm ruột thừa
sugar đường
suggest gợi ý
suitable phù hợp
summer mùa hè, mùa hạ
sunny nắng
surround bao quanh, xung quanh
swallow nuốt
sweet and sour pork ribs sườn xào chua
    ngọt
symptoms triệu chứng

T

tablet viên (thuốc)
tableware set bộ đồ ăn
take kéo dài, mất
take đưa, lấy
take (a patient's) temperature lấy nhiệt
    độ, cặp nhiệt độ
take care of chăm sóc
take medicine uống thuốc
take part tham gia
take the initiative chủ động
take to the road lên đường
talented tài ba
tasty ngon
tea trà, chè
teacher giáo viên
teaspoon thìa cà phê
telegram bức điện
tell kể, bảo
temporary tạm
tens of hàng chục
terrible kinh khủng

Tet garden vườn hoa Tết
tetanus vaccination tiêm phòng uốn ván
thank you cám ơn
that is why nên, vì thế cho nên
that's right phải, đúng
theme đề tài
then thì
there is/are có
therefore nên, vì vậy nên
they họ
think nghĩ, tưởng
think about nghĩ đến
thinning cloud giảm mây
this month tháng này
this week tuần này
this year năm nay
though tuy… nhưng
three quarters ba phần tư
throat họng
ticket agent đại lý bán vé
tie with bamboo strings buộc bằng lạt
till tận
time lần, thời gian
timetable kế hoạch làm việc, thời khoá
    biểu
Tin Street phố Hàng Thiếc
tired mệt mỏi
to, with với
together cùng
toilet phòng vệ sinh
tomorrow ngày mai
tourist người du lịch
tourist season mùa du lịch
trade thương mại, buôn bán
trader thương nhân
tradition truyền thống
traditional method phương pháp truyền
    thống
train tàu hoả, xe lửa
train timetable bảng giờ tàu
transfer money chuyển tiền
transplant ghép, cấy
transport vận tải
trans-Vietnam xuyên Việt
travel đi lại
travel demand nhu cầu đi lại
tray khay
treasure quý trọng
treatment chữa bệnh, đối xử
trolley xe
Truong Son range dãy Trường Sơn
try on shoes đi thử giày
tuberculosis bệnh lao
tulip hoa tuy líp
turn rẽ, quẹo
turn off a light tắt đèn

typhoon bão

U

umbrella ô
uncle chú, bác (trai)
uncomfortable khó chịu
under dưới, theo
under any circumstances trong bất cứ
   hoàn cảnh nào
underground tàu điện ngầm
understand hiểu
uneasy khó xử
unexpectedly thật bất ngờ
unfamiliar lạ
unique character bản sắc
university trường đại học
until tận, đến tận
up to tối
urban area thành thị
urgent khẩn
use sử dụng, dùng
use strong words nặng lời
used to quen, thường

V

vacant trống, có, khuyết
vaccinate tiêm chủng
valuable quý, có giá trị
vase lọ hoa
vegetables rau
very lắm, quá, rất
vestige di tích
vice-versa ngược lại
video video
Vietnamese language tiếng Việt
Vietnamese medicine thuốc Nam
village and hamlet làng mạc
village festival hội làng
violet tím
Visa card thẻ Viza
visa number thị thực số
visitor khách đến thăm

W

wait for a moment đợi một chút
waiter, waitress người phục vụ
wake someone up đánh thức
walk đi bộ
wall tường
want muốn
warm ấm
warm clothing áo ấm
wash one's face rửa mặt
washing machine máy giặt
watch TV xem vô tuyến
water rice lúa nước

way đường
way to đường đi đến
we chúng tôi
we (*friendly*) chúng mình
weak tea trà loãng
wear shoes đi giày
weather thời tiết
weave dệt, đan
weekend (holiday) nghỉ cuối tuần
weigh cân
welcome đón
well khoẻ, khoẻ mạnh
well-known nổi tiếng
what gì
what time mấy giờ
what's the matter? ông bị làm sao
what's the problem? ông bị làm sao
when bao giờ, khi nào, lúc nào
where đâu
which nào
white trắng
who ai
wholeheartedly nhiệt tình, tận tình
why sao, tại sao, vì sao
wide screen màn ảnh rộng
wife's blood relations họ ngoại
wife's parents bố mẹ vợ
win thắng
wind gió
window cửa sổ
wine vang, rượu vang
winter mùa đông
winter holiday nghỉ đông
women phụ nữ
wooden statue bức tượng gỗ
work làm việc
working on shifts làm việc theo ca
workplace chỗ làm việc, nơi làm việc
worry lo lắng
worship cúng
write a book viết sách
write on the board viết lên bảng
written on the ticket ghi trên vé
wrong number nhầm số

Y

year năm
yellow màu vàng
yoghurt sữa chua
you ông/bà, anh/chị
you (*friendly*) bạn
you (*plural*) các bạn
you (*polite*) các vị
you are through (*on the phone*) được rồi
   đấy
young trẻ

young and carefree trẻ trung và vô tư lự
younger brother em trai
younger sister em gái
youngest child con út, con nhỏ/trẻ nhất

your kindness lòng tốt của ông/bà

Z

zone vùng